2

రాజు బ్రాహ్మణులను అడుగుట. 53

,, తనయునికి దండన విధించుట. 54

సారంగధరుడు రాజాజ్ఞను మన్నించుట. 55

తలవరులు సారంగధరుని రాజవీథిలోఁ గానిహోవుట. 56

సారంగధరం గాంచి పౌరాంగనలు దుఃఖించుట. 57

రత్నాంగి రాజును పుత్త్రునిఁ గావు మని వేడుట. 61

చిలుకను చంపుకొన్న రాజుకథ. 65

రత్నాంగి కొడుకుకై విలపించుట. 71

దాదులు రత్నాంగిని బోధించుట. 77

తలవరులు రాఁకొమర నడవికిం గానిహోవుట. 78

,, ,, కాలు సేతులు నఱకుట. 80

సారంగధరుడు నొప్పిచే విలపించుట. 83

ఆకాళవాణి. 85

మీననాథుడు సారంగధరుని రక్షించుట. 90

తలవరులు రాజునకు వృత్తాంతము నివేదించుట. 99

రాజు దుఃఖము. 101

,, చిత్రాంగిని దండించుట. ,,

,, రత్నాంగియు కాన కేఁగుట 108

ఖండితుం డైనవోఁట తలిదండ్రులు విలపించుట. 109

రాజును ఆకాళవాణి యనుగ్రహించుట. 113

సారంగధరునికి కాలుసేతులు వచ్చుట. 114

సారంగధరుడు సిద్ధ డగుట. 115

,, హోయి తలిదండ్రులం గనుట. 117

,, చిత్రాంగిని బ్రదికించుట. 119

,, రాజును దీవించి గురువుకడ కేఁగుట. 121

విన్నపము.

ఈసారంగధరద్విపదను పెద్దాడ గ్రామనివాసియు విశ్వకర్మమతస్థుఁడు నగు బాణాల శంభుదాసకవి రచించినాఁడు. గౌరనమంత్రికృత హరిశ్చంద్రద్విపదతో నించుమించుగాఁ దులఁదూఁగునట్లు రసోత్తరంగంబును సుబోధంబును మృదుమధురంబును నీతిధర్మజ్ఞానప్రదంబును స్త్రీబాలాది సర్వజన పఠనార్హంబును అగు నీప్రబంధము బజాఱుపుస్తకములలో కవికృత లేఖకకృత ముద్రకకృతదోషములతో నిండియుండుటం గాంచి రసాభిమానముచే యథామతి సర్వదోషములఁ దొలఁగించి లఘుటిప్పణముతో నిట్లు ముద్రించినాఁడను.

ఏప్రిల్ 1914. వేదము వేంకటరాయశాస్త్రి.

శ్రీరస్తు.

సారంగధరచరిత్రము.

ద్విపదకావ్యము.

ప్రథమ భాగము.

—* ఇష్టదేవతాస్తుత్యాది *—

శ్రీశైలనాథునిఁ జెలు వొప్పఁ దలఁచి,
వాసిగా వైకుంఠవాసు భజించి,
యజు నెంచి, శ్రీశారదాంబకు మ్రొక్కి,
గజముఖు సేవించి కరములు మోడ్చి,
వాలాయముగఁ [1] బొద్దవాడ నివాసి
నీలకంఠుని సేవ నిరతంబు చేసి;
శాశ్వతంబుగను భూచక్రంబునందు
విశ్వకర్మసమాన విజ్ఞానమూర్తి
తలపఁగా మేటి గౌతమగోత్రభవుఁడు
వల నొప్ప భాణాల వంశాబ్ధిచంద్రుఁ
డన నొప్పు గురుమూర్తి; యాతని సూనుఁ
డనఘాత్ముఁ డయ్యప్ప యను పుణ్యశాలి;
అతనికిఁ గులసతి యగు నాగమాంబ
పతి హిత యయ్యె; దంపతుల కిద్దఱకు

1 పెద్దాడ యని యిప్పుడు వాడఁబడు గ్రామము.

శంభుని వరమున జన్మించినాఁడ,
శంభుఁడ, బుధకవిజనమనోహరుఁడ;
పరమాత్ముఁ డగు కొండపల్లి గోపాలు
వరమున వర కవిత్వ ప్రౌఢి మెఱసి,
తగు భంగి సారంగధరుని చరిత్ర
జగతిని ద్విపదగా సమకూర్తు వినుఁడు.—

—* సారంగధరుఁడు *—

రాగము మధ్యమావతి.

వంతు కెక్కిన సోమ వంశంబునందు
శంతనుం డను కీర్తిశాలి జన్మించె;
నసమాన జయశాలి యగు శంతనునకు
వెస రాజమణి చిత్రవీర్యుఁడు పుట్టె;
నతనికిఁ బాండురా జను భూమిపతియు;
నతనికి నర్జునుం డను బలియుండు;
నల యర్జునుని సూనుఁ డభిమన్యుఁ డనఁగఁ
జెలఁగె, వానికిఁ బరీక్షిత్తు జన్మించె;
నయగుణోన్నతున కా నరనాథునకును
జయశాలి యై పుట్టె జనమేజయుండు;
అతనికిఁ బుత్త్రుఁ డై యవని జనించెఁ
జతురుఁడు రాజరాజ నరేంద్రుఁ డపుడు.
రాజమహేంద్రవరంబు చెన్నారు
రాజధానిగ నెల్లరాజులు గొలువ,

భీకర వైరుల బింకంబు లడఁచి,
యేకచక్రంబుగా నేలుచు భూమిఁ;
దేజరిల్లుచు భోగ దేవేంద్రుఁ డైన
రాజుఁ బట్టపుదేవి రత్నాంగి తనర
ముక్కంటి వరమున మురిపానఁ గన్న
చక్కనిపుత్త్రుఁడు సారంగధరుఁడు,
మాణిక్యముల మూట, మల్లెపూఁదోఁట,
[1] యేణాయతాక్షుల కెన్నిక మూట,
కందు లేని పసిండి కమ్మి యై నిండు
చందమామను బోలు సారంగధరుఁడు,
నవమోహనాంగుఁ డై నాఁటినాఁటికిని
నవర నై పెరుఁగుచు జనపాలు నింట
నతులితప్రేమతో నష్ట భోగముల
సతతంబు తనయీడు సఖులు సేవింప
రంగారఁగా బొంగరా లాడు చపుడు
సంగడీంద్రను గూడి చరియించుచుండ;
వాని సౌందర్యంబు వర్ణించి చూచి
మానవాధీశుండు మంత్రుల కనియె.—

—* చిత్రాంగివివాహము *—

రాగము కేదారగౌళ.

'ఈ చక్కఁదనముల కెనయ జో డైన
రాచకూఁతును జూచి రాఁ దగు' నన్న;

---

1 ఏణ ఆయత అక్షులకుఁ = లేడివలె నిడుదకన్నులుగల స్త్రీలకు.

మనుజనాథునిఁ జూచి మంత్రిపుంగవులు
విను మని పలికిరి విశదంబుగాను. —
'పాషనిరూపంబు పటమున వ్రాసి
భూపుల యిండ్లకుఁ బుత్తెంచి, యందుఁ
గన్నెలఁ జూచి రాఁ గలవారిఁ బంపు.'
మన్న భూపాలకుఁ డౌ లెస్స యనుచుఁ
బనివాండ్రఁ బిలిపించి పటములోపలను
దనరార సారంగధరు చక్కఁదనము
వ్రాయించి, తగు విప్రవరుల రావించి
పాయని వేడ్కతోఁ బలికె భూవిభుఁడు.
'భూసురోత్తములార భూమండలమున
భాసురం బగు రాజ భవనంబులందు
నగణితాలంకార యగు చంద్రవదనఁ
దగుభంగి సారంగధరునకుఁ దగిన
చిగురుఁబోఁడిని జూచి శీఘ్రంబె మీరు
మగుడ వచ్చిన బహుమానంబు లిత్తుఁ;
గొంచక పటము గైకొని మోద మలర,
వేంచేయుఁ డని పంప; వేగమ కదలి,
మాళవ నేపాళ మగధ పాంచాల
చోళ మత్స్య పుళింద శూరసేనాంధ్ర
కేరళ బంగాళ కేకయ కుకుర
పారసీక విదర్భ బర్బర యవన
సింధు కొంకణ మద్ర చీనాంగ వంగ

గాంధార కాశ్మీర కర్ణాట కాదు
లన నొప్పు నేబదియాఱు దేశములఁ
బనివడి వెనుకఁగాఁ బాండ్య దేశమునఁ,
జిత్రాంగుఁ డను రాజశేఖరు కూర్మి
పుత్త్రిక చిత్రాంగి పూఁబోఁడి యొకతె
మనసిజు [1] నెలయించు మాయాకురంగి
యన నొప్పు నవమోహనాంగి చిత్రాంగి;
నిండు చీఁకటి నేలు నీలంపు డాలు
గండుఁ దుమ్మెద చాలు కల్కి ముంగురులు,
నూతనహేమంబు నును మెఱుఁతీరు,
లేఁతచందురుఁ బోలు లేమ నెన్నుదురు,
ఇంద్రచాపాగ్రంబు లింతి కన్బొమలు,
చంద్రుని ప్రియసఖు ల్భామ నేత్రములు,
శ్రీకారముల నిరసించు కర్ణములు,
ఆకల్కి నునుఁజెక్కు లరయ నందములు,
[2] కంతుచే పూచెండ్లు గజనిమ్మపండ్లు
కాంతి బంగరు గుండ్లు కాంత పాలిండ్లు,
అల్ల పూసల పేరు [3] లహిపతి మీఱు
నల్లచీమలబారు నాతి నూఁగారు,
పిడికెఁడు నడుమును, బిఱుఁదు సైకతము,
తొడలు మత్తగజేంద్ర తుండ తుల్యములు,

---

1 ఎలయించు = ఆకర్షించెడి. 2 మదనునిచేతిలోని.

3 నాగేంద్రుని.

కలికి పాదములు బంగారు పద్మములు,
కలికి యానంబులు కలహంస నడలు,
పగడంపు మోవుల పస మించు వ్రేళ్లు,
మిగులు నక్షత్రముల్ మీనాక్షి గోళ్లు;
అంగజునకుఁ గల యాత్మ సంజీవి
సింగారముల దీవి చిత్రాంగి దేవి
సారంగధరునకు సరి వచ్చు ననుచు
బారుగా నాచిత్ర పటమున వ్రాసి
పంపఁగాఁ బటము భూపతి కిచ్చి. రపుడు
సంపెఁగ పూబంతి సామజయాన
చిగురుటాకుఁ గటారి చిత్తరుఁబొమ్మ
యగు చక్కనైన చిత్రాంగిని జూచి
మదిలోన మోహించి మఱి చిత్రపటము
పదిలంబు చేసి భూపాలుఁ డచ్చటికిఁ
గత్తిఁ బంపినఁ; బెండ్లి క్రమ మేర్పరించి,
మత్తగజంబులు మఱి వస్తువులును
అలివేణికిని జాల సరణంబు లిచ్చి,
వల నొప్పఁ బనిచెను వసుధేశుపురికిఁ.
జనుదెంచు నంతలో సలలిత రత్న
కనకంపుమేడ చొక్కముగఁ గట్టించి
శుభముహూర్తంబున సొరిది దంపతులు
ఉభయులు నేకమై యుండిరి. పిదప

రాగము సారంగ.

నొకనాఁడు చిత్రాంగి యొంటిగా నుండి
ప్రకటించి సేవించి పడఁతుల కనియె.—

—* చిత్రాంగిసందేహము *—

'పటములో వ్రాసిన బాలుండు గాఁడు;
ఎటువంటి దీసుద్ది యెఱిఁగింపుఁ' డనిన;
వనజాక్షు లప్పుడా వాక్య మూహించి
వినయంబుతో మ్రొక్కి వెలఁది కిట్లనిరి.—
'వినుము చిత్రాంగి, నీ విభుని పట్టంపు
వనిత రత్నాంగికి వరకుమారుండు
భూరి విక్రమశాలి బుద్ధిమంతుండు
సారసనేత్రుండు సారంగధరుఁడు;
మహీపతిసుతుఁడు కోమలి విను మతఁడు
మహి నెన్నఁ దగు నవమన్మథుం.' డనఁగ
విని తల యూఁచి యీవిధ మెల్లఁ దెలిసి
తనమది నిట్లని దలపోయఁ దొడఁగె.—

రాగము మధ్యమావతి.

అటువంటి వాని కిల్లాలఁ గా నైతిఁ,
బటుగతిఁ దల వ్రాఁత ఫల మిట్టు లుండెఁ;
నరనుతం బైనట్టి నాచక్కఁదనము
కొఱగాని యటు సేసెఁ గుటిల దైవంబు.
ఏమని దూఱుదు? నిటువలె నయ్యో!
మా మంచి, దిఁక ననుమానంబు దీఱె.

వలరాచ పాపనివంటి యొయ్యారిఁ
గలిత సుందరమూర్తిఁ గన్నులఁ జూడ
సమయంబుఁ దలపోసి సారంగధరుని
రాక గోరుచు నుండె.

—* రాజు వేఁటకుఁ బోవుట *—

రాజనరేంద్రుఁ
డకలంకచిత్తుఁ డై యతివైభవములఁ
బ్రకటితంబుగ రాజ్యపదవి నేలుచును
మురిపెంపుఁ జిత్రాంగి ముద్దులభాగ్య
పరికింప రత్నాంగి పట్టపుదేవి.
యిద్దఱు సతులతో నిష్టభోగముల
నొద్దికతో నుండి, యొగి నొకనాఁడు
వేఁట సన్నాహంబు వెడలంగఁ దలఁచి,
కోటి కాల్బలములు కోటి యశ్వములు
వెలలేని పల్లకీ ల్వేలఛత్త్రములు
నలుఁగులు పడగలు నాలవట్టములు
కరులపై మ్రోయించు కంచుభేరులును
ధరణి గంపింపఁగ ధారుణీధవుని
సేన సన్నాహంబు చెలువొప్ప నడువ,
సేనుఁగుపై నెక్కి యిరుగడలందుఁ
జామరంబులు వేయ ఛత్త్రముల్ మెఱయ,
ధీమంతు లై రాజ దేవేంద్రు వెంట
హితులు మంత్రులు పురోహితులు సేవింపఁ,

జతురంగబలములు సన్నుతుల్ సేయ
ఈఁటెలు బల్లెంబు లెసఁగఁ గత్తులును
వాటముగా భిండివాల చక్రములు
1 సరుషులు 2 వంకీలు 3 జముదాళ్లుఁ జాల
నరుదుగా మెఱయఁ జంద్రాయుధంబులును;
నందులో నేర్పరు లగు వేఁటకాండ్రు
ముందఱ నొక కొంత మొన లేర్పరించి
పందులఁ బట్టెడు బలు జాగిలములఁ
బొందుగా నిలిపి యుప్పొంగుచు నుండ;
ఇనుఁడును నుదయాద్రి కేతెంచె నపుడు.
చనె రాజు వేఁటాడ శైలభూములకు.

—* సారంగధరుఁడు పావురము నెగురవైచుట *—

రాగము బేగడ.

జననుతుం డైనట్టి సారంగధరుఁడు
జనని రత్నాంగి నిచ్చలు గారవింప
మది నుబ్బి రాచకుమారులతోడ
సదమల హృదయుఁడై చనె నాటలాడ.
వాటంబుగా బంతివలె సిగ వైచి
పాటింపఁ దగు జాతి పట్నాలుఁ గట్టి,
కళలు దేరెడు చెంద్రకావి రుమాలు
కులుకుచు వేగ చుంగులు జాఱఁ జుట్టి,

1 గఱిలేనిబాణములు. 2 బాఁకులు. 3 నిడుపు పిడులుగల కత్తులును.

తెలివైన యాణిముత్తెముల చౌకట్లు
బలువైన పచ్చని పతకంబు మెఱయ,
సందిటి తాయెత్తు జాళువా పసిఁడి
యందమై కనిపింప నఱుత జందెంబు,
వెలలేని రత్నాల వ్రేలియుంగరము
తళుకొత్తు మంచి పుత్తడి మొలత్రాడు
కర మొప్ప వైరి భీకర మైన బాకు
బిరుదుగా వలకాలఁ బెండెరం బెసఁగఁ
బరఁగంగ బంగారు పావలు దొడిగి,
సరిగ దట్టియుఁ గట్టి, జాజి పూవన్నె
వలిప దుప్పటి నల్లెవాటుగాఁ గప్పి,
తిలకింపఁ గస్తూరి తిలకంబుఁ దీర్చి,
చెలికాండ్రతోఁ గూడి సింగారముగను
విలసిల్లుచును రాజవీథులలోన,
నారయ మిత్త్రుల నందఱఁ జూచి
'యూరక పొద్దు వో [1]నుప మేమి లేదు;
చని పావురముల వేసరక దెండు' నిన;
విని రాచ[2]బొడ్డిక ల్వేగంబ కదలి
[3]నాభి నామంబులు నడినెత్తి జుట్లు
శోభిల్లు దుప్పట్లు సొగసైన దట్లు
చెవుల ముత్యపుజోళ్లు శశివంక గోళ్లు
రవిఁ బోలు చక్కని రత్నాలపేళ్లు

1 ఉపాయము. 2 బాలకులు. 3 కస్తూరి.

కావిలాగులును బంగరు మొలత్రాళ్లు
రావిరేకలు గల రాచబోఁడికలు
[1] పారావతము లున్న పట్లకు నేఁగి
పేరైన పక్షులఁ బ్రియముతోఁ బిలిచి
ముందఱ నుంచిన; మురియుచు నతఁడు
కందు పక్షులఁ గని కడు సంతసిల్లి
తనయాడు రాజులఁ దప్పక చూచి
చనవుతోఁ బల్కె నా సారంగధరుఁడు.

రాగము సావేరి.

'తెలుపుఁబావుర మిది తెలుపైన దీని,
వల నొప్ప వైతు, నీ పందెంబు నాది;'
యనుచుఁ బక్షిని బట్టి, యట్టిట్టు చూచి
ఘనముష్టి నేసె నాకాశంబు ముట్ట.
నందఱు నేకమై యార్భాటమునను
గ్రింద రాకుండఁగఁ గేకలు వేయఁ,
బెళ్లను [2] ఱంతుల బెదరి యాపిట్ట
[3] కల్లవా టడర నాకాశంబు ముట్టె.
చప్పట్లు గొట్టుచు సంగడీండ్రంత
తప్పక యందఱుఁ దలయెత్తి చూచి
మింట లేదని పల్కి మిన్న కున్నంత,
వెంటనె కొందఱు విఱ్ఱవీఁగుచును
గన్నుల కోరఁగాఁ గరములు పట్టి

1 పావురములు. 2 అల్లరులచేత. 3 కల్లవాటు=కలఁత.

'అన్నరో యెంత దవ్వ!'ని సూచువారు,
'సవరగాఁ జుక్కల సరసకుఁ బోయె
నౌర మిక్కిలి పొడవ!'ని కూయువారు,
నీళ్ల పళ్లెములోన నీడలు చూచి
[1] 'పల్లటీ లేద'ని పలికెడువారు,
సన్నంపుఁ దలగుడ్డఁ జాటుగాఁ బట్టి
'యున్నది చూడ రారో' యనువారు,
తెల్లమబ్బునఁ జిన్న తెలుపును జూచి
'యల్లదె పావుర మ్మ'ని చూపువారు,
మీఁదఁ దప్పక చూచి 'మింట లే' దనుచు
వాదించి పల్కెడు; వారిలో నొకఁడు
'కాదు, నేఁ బల్లటిఁ గంటి నిక్కముగ,
మీఁది మబ్బునఁ గాక మింటనుఁ గాక
నల్లమబ్బుల క్రింద నాకు దాఁపునను
తెల్లడా ల్చుక్కయుఁ దెగి పడురీతి
మినుకుఁ, దప్పక చూడు మేదిని నాథ,
కనిపించెనా?' యన్న; 'కంటి నౌ' ననుచుఁ,
జెలికాండ్ర మెడలపైఁ జేతులు వైచి
చెలరేఁగి నవ్వుచు, క్షితిపాల సుతుఁడు
పిలుచు నంతను చేతఁ బెంటిని దట్టి,
విలసించి టెక్కలు విసరి ముమ్మాఱు
బిట్టుగాఁ గేరెడు పిట్టను జూచి

1 పావురము.

పట్టభద్రుఁడు నిల్చి పక్షినిఁ బిలిచెఁ
బేరెము వాఱుచుఁ బెంటెని జూసి
రా రమ్మనుచుఁ బిల్చె రాజశేఖరుఁడు.
పరువడి వెనుకకుఁ బరువళ్లు దుమికి
మరి పిల్చు రాజకుమారుని మాట
విని పక్షి యాకాశవీథిఁ దా నుండి
తన పెంటిగాఁ జూచి ధరణిపై వ్రాలె.—

—* ఆపావురమును చిత్రాంగి పట్టుట *—

అప్పుడు చిత్రాంగి యతివలుఁ దాను
మెప్పైన బంగారు మేడపైనుండి,
తెలివైన వెన్నెల తెప్ప చందమున
బలిత మా ముత్యాల పాపట బొట్టు
పౌజులకమ్మలు పల్లేరుపూలు
రాజిల్లు రత్నాల రాకిడి వెట్టి,
కెంపుల ముక్కఱ గిలకసరంబు
సొంపుతో వజ్రాల జోడు హారములు
బంగారు పట్టెడ బన్న సరములు
రంగుఁబచ్చల యుంగరంబులు మెఱయ,
నబ్బురం బై యంద మా చిల్కతాళి
గుబ్బచన్నులమీఁదఁ గునిసి యాడంగ,
సంది తాయెత్తుల జతలు దూఁగాడ,
గందుఁ బొందని పైఁడి కంకణంబులును
గంటల మొలనూలుఁ గాళ్ల గజ్జెలును

దంట మెట్టెలు వింత తళుకొత్తుచుండ,
జరి బుటాచీరయు జాజిపూ అవికె
నెరిగొప్పు లోపల నత్తావి మెఱయు,
మొలకప్రాయఁపు చిన్నిముద్దుల గుమ్మ
కలికి కన్నుల సోగ కాటుక దీర్చి
సంతోషమునఁ దన సఖులు సేవింప
వింతగాఁ గర్పూరవిడెము సేయుచును,
ముంజేతిపైఁ జిల్క ముద్దులు గులుక
మంజుభాషిణి ముద్దుమాట లాడుచును,
వీదిలో బాలుర విధ మాలకించి
పాదైన యామీఁది పావురంబునకుఁ
జిలుక నూరకఁ జూపి చిత్రాంగి దేవి
పిలిచినఁ, జిలుకను బెంటిగాఁ దలఁచి
చల మొప్పఁ జక్కని సారంగధరునిఁ
జెలరేఁగి సాధింపఁ జేతులుఁ గాళ్లు
వాటంపుఁగోటలు వరుసతోఁ దాఁటి
మేలైన చిత్రాంగి మేడపై వ్రాలె.
వ్రాలినఁ గైకొని వనితలుఁ దాను
మేల మాడుచు, మంచి మేలాయె ననుచు,
'నచ్చంపు పక్షి రా జనవచ్చు దీని
మచ్చికతో మాట మాత్రన వచ్చె;
కోఁకతో దీనికోస మిందులకు
సారంగధరుఁడు రా సం దాయె నేఁడు;

కనుఁగొందుఁ గన్నుల కఱ వెల్లఁ దీఱ.'
నని మదిలో మర్మ మగపడకుండ
ముఱియుచు నుల్లాసమునఁ బావురమును
మఱుఁగున దాఁచి కోమలి యుండె నంత;

—* సారంగధరుఁడు చిత్రాంగిమేడ కేఁగ నుద్యమించుట *—

రాగము కేదారగౌళ.

పారావతము మేడపై వ్రాలఁ జూచి
యారూఢిగాను నృపాత్మజు లెల్ల
బిక్కటిల్లఁగ నుండి పృథివి యాకసము
కక్కసిల్లఁగ నఱచు గలిగె నచ్చోట.
అంతట అంతు సేయకుఁ డని రాజు
'మంతనంబున లేక మంది సందడిని
గల్గు పాటునఁ బెంటఁ గానక పోయి
మెల్లనె చిత్రాంగి మేడపై వ్రాలె;
రాఁబోదు మిన్నక; రాణివాసమున
కేఁ బోవ కిది దీర దెంచి చూచినను;
బినతల్లి యింటికి బిడ్డలు ప్రేమఁ
జనుట ధర్మం; బవశ్యంబుగా నటకుఁ
బరుల నంపుట మంచి పని గాదు; నేనె
యరిగెద.' ననుచుండ;— నాసమయమున
మతిమంతుఁ డగు రాజమంత్రికిఁ గూర్మి
సుతుఁడు సుబుద్ధి రా సుతున కిట్లనియె.—

—* సుబుద్ధి సారంగధరుని బోఁగూడదనుట *—

రాగము గౌడి.

'నరపాల నందన, నావిన్నపంబు
పరిహరింపక విను. బలునాళ్లనుండి
[1] కన్నడ సేయక కలకాల మెల్ల
మన్ననతో మీరు మ మ్మేలినారు;
రాచకార్యము దాఁప రాదయ్య మాకుఁ,
దోఁచినంతయును మీతోఁ జెప్పవలయు;
రాణివాసమునకు రాజు లేనపుడు
పో నీకుఁ జెల్లదు బుద్ధి నూహింపు.
మీ [2] వంగసములోన మేదినియందు
నీ వన్న బుద్ధి నెన్నిక కన్నదొరవు.
ఇంపొంద సఖులలో నిందులో నొకనిఁ
బంపింపఁదగుఁ గాక, పనివడి నీవు
రాజసం బుడిగి చిత్రాంగి లోఁగిటికిఁ
బోఁ జెల్ల.' దనిన సుబుద్ధికి ట్లనియె.—

—* సారంగధరుఁడు సరకుసేయమి *—

రాగము సాట.

'తలపోయఁ, జాలుఁ, బ్రధాని కుమార,
నిలుపఁగ మము నీకు నీతి గా దరయ;
రమణి యింటికిని బో రా దనెదేమి?

---

1 ఉపేక్ష. 2 వంశములో.

అమరంగ రాజు లేఁ డని పల్కెదేమి?
పరుల సంపుట మంచిపని యనె దేమి ?
అరుగరా దని మమ్ము నడ్డెదవేమి ?
ఎందుల కీశంక యిది సరి కాదు.
పొందుగాఁ బక్షి నిప్పుడు పోయి తెత్తు.'
నని యిట్లు తూలఁ బోనాడిన రాజ
తనయునితో మంత్రితనయుఁ డిట్లనియె.—
'మాకుఁ దోఁచిన దొకమాటఁ జెప్పెదము;
చేకొనుము పరాకు సేయంగ వలదు.
గణుతింపరాని చక్కనిది చిత్రాంగి,
జనులలో సౌందర్యశాలివి నీవు;
అదిరిపాటున నొంటి నరిగితివేని
ముదిత నీపైఁ జాల మోహింపఁ గలదు;
1 ఓజ గా దని నీవె యోసరితేని
రాజుతోఁ జెప్పి వైరమ్ము ఘటించుఁ;
బాలుతోఁ దలయంటి బాస చేసినను
స్త్రీల నమ్మఁగరాదు చిత్తంబులోన;
బాలఁతులు చక్కని పురుషులఁ జూచి
వలతు రన్ ద్రౌపది వాక్యంబు వినవె?
తెలివిగలాఁడ వంతిపురికి నరుగ
వల దన్న గోపంబు వచ్చెను నీకు;
ననుకూల మైన నీ వటు సేయవచ్చు;

---

1 యుక్తము.

వినకున్న జివ్వ గావించు నిజంబు.'
అని మంత్రినందనుఁ డాడిన మాట
విని సహింపక దనవీనులు మూసి
కన్ను లెఱ్ఱన చేసి గద్దించి పలికె.—
'నిన్ను గావున నింత నేర మోర్చితిని;
చిన్నప్రాయమునుండి చెలిమితోఁ గూడి
మన్నించుటం జేసి [1] మందెమేలమున
బుద్ధి చెప్పెద నంచు భూమిలో లేని
సుద్దులు చెప్పెదు చోద్యంబుగాను;
మాతల్లి రత్నాంగి మాఱు చిత్రాంగి,
పాతకం బనక యీపగిది నాడితివి;
పాలుపుగా నేఁ జూడఁ బోయినంతటనె
యెలనాగ ననుఁ జూచి యేల మోహించుఁ?
దగ దన్న వినక యాతరుణి నామాట
పగఁ బట్టి యేల భూపతి కెఱిఁగించు?
మొనసి నాపై పుత్త్రమోహంబు లేక
జననాథుఁ డేటికిఁ జంప నూహించు?
నేధర్మ మిది? పెద్ద లెవ్వారు విన్న
గా దందు రిది. రాచకార్యంబు గాదు.
తొలఁగి పొ'మ్మని మోరత్రోపునఁ బోవ
నెలమి రాసుతునితో నిట్లను నతఁడు.—
'చిత్తగింపుము నేను జెప్పినమాట.

---

1 చనవుచేత.

తత్తఱపడరాదు, తమకంబు కీడు;
మానుగా బదుగురమాట ద్రోసినను
హాని వచ్చెడు నెంత యధికున కైన;
విను సదాశివుఁ డైన విష్ణుండు నైన
మనసు నిల్పఁగ లేరు, మన మన నెంత?
కనకంబు స్త్రీల నెక్కడ నుంటెఁ గన్న
మనసు నిల్పఁగ నెట్టి మనుజుని వశమె?
చూడవే మును గాధిసూనుప్రముఖులు
చేడెలచే నిష్ఠ చెడిపోవు విధము.
భావించి నీమదిఁ [1] బల్లటిఁ దేరఁ
బోవల. దట్టి పావురములు లేవె?
తల యున్న కుళ్లాయి తగిలింపవచ్చు.
[2] కలరవంబులు నీవు గలిగినఁ గలవు.
మంకుబుద్ధిఁ జరించు మనుజుల కెల్ల
వంకలు దీర్చు సర్వజ్ఞుఁడ వీవు.
అట పోయినంతలో నపనెప మైన
పటుగతి పెద్దలు పలుకుట వినుము.
కోరి పావురముపైఁ గూరిమిచేత
సారంగధరుఁ డేఁగు సమయంబునందు
నొద్దబాలురలోన నొప్ప దంచొకఁడు
బుద్ధి చెప్పక నేల పో నిచ్చి రనుచుఁ;
బదుగురు పదినోళ్లఁ బ్రకటంబుగాను

1 పావురమును తెచ్చుటకు. 2 పావురములు.

గొదువ లెన్నుచు రందుఁ గోపంబు పూని.
మే మెంతవారము మీ కిట్లు పూన?
మా మనంబునఁ గలమాట చెప్పితిమి.
దేవర చిత్తంబు తెలిసినయట్లు
గావింపు.' మన్న నాగ్రహమునఁ బలికె. —
'మంత్రికుమార, నీ మాటలు చాలుఁ;
దంత్రవాదివి గానఁ దప్పు జోడించి
కలవి లేనివి కొన్ని కపటముల్ పన్ని
కలఁతఁ బుట్టింప నిక్కముగఁ బల్కితివి;
మనసులోఁ గల వెతల్ మఱచినయట్టి
జనులకుఁ గలుగు నా జంకు లోపలను?
నెవ్వఁడు పాపంబు లెన్ని చేసినను
దవ్వేల దైవంబు తాను బాలించు.
నంతమాత్రాన కిం తన నేల? మీకుఁ
జింతింపఁ దగ.' దని చెలికాండ్ర నిలిపి,

—* సారంగధరుఁడు చిత్రాంగికడ కేఁగుట *—

పురణించుచును దన పూర్వకర్మంబు
తరువుకాఁ పై వెంటఁ దరితీఁపు సేయ,
నిలిచినచోట కాల్ నిలుపంగ లేక
నలి రేఁగి చిత్రాంగి నగరి కేతెంచె.
రాజు లోఁగిటఁ జుట్టు రాగిలు కోట
బాజుపైఁ గొమ్ములు పసిఁడి బోదియలు;
లోపలి యంతస్తులో నడి మిద్దె

చూపును కంబాల చుట్టుకొల్లారు;
ఆలోనఁ జక్కని యపరంజి మేడ,
పాల సున్నపుగచ్చు బంగారుగోడ,
జిగి మించు ముత్యాల చేరుల చూరు,
నిగనిగల్ గనిపించు నీలకంబములు,
పగడంపుఁ జౌకట్లు, పసిఁడి తల్పులును,
సొగసైన వజ్రాల [1] తోరణాగంబ్లు,
అచ్చ మా మణిగచ్చు టరఁగు పంచాది,
పచ్చకరాళ్లు, సోపాన మార్గములు,
దాపున పూఁదోఁట ద్రాక్ష పందిరియు;
పాపైన కేళికా భవనంబునందుఁ
బగడంపుఁ దజిగోళ్ల పట్టె మంచంబు
జిగివన్నె గూర్చి చేసిన పట్టుపఱుపు
తగిన వంతకు మంచి తలగడ దిండ్లు
బుగబుగ మను తావి పువ్వుల వరుస
లలిత నూఁ బటువు బిళ్లల సూర్యపుటము
గల చందువయును జోక్కపుగోడ బాగు
పువ్వులదండ లింపొదవఁ బన్నీరు
జవ్వాది కస్తూరి సంపెఁగనూనె
తళతళ మను పైఁడి తాంబూలధాని
కళ గుల్కు నవరత్న కాంతులచేతఁ
చిత్రమై చూడ విచిత్రమై యున్న

1 కిటికీలు.

చిత్రాంగి యిలు సొచ్చి సింగార మైన
పగడంపుఁ గంబాల పందిటిలోన
సొగసుగా నిలుచున్న;— సుందరీమణులు
గని పోయి చిత్రాంగిఁ గనుఁగొని మ్రొక్కి—
వినుతింప [1]వారాశి విధమునఁ బొంగి
గమకించు ముత్యాల గద్దెపై నుండి
దుమికి తత్తఱపాటు త్రోద్రోపులాడఁ
జనుదెంచి;—నిలుచున్న సారంగధరుని
వనిత తప్పక చూచి వర్ణింపఁ దొడఁగె.—

—* చిత్రాంగి సారంగధరుని వలపింపఁ గడంగుట *—

'చందురుఁడో లేక సారంగధరుఁడో?
సుందరుం డెక్కడఁ జూడనివాఁడు.
అవతార మన్మథుం డనవచ్చు వీని;
[2] సవరఁదనంబు లక్షువరాలు సేయు;
పోఁడిమి వీనితోఁ భోగింపకున్న
నాఁడు జన్మముకన్న నడ వైన మేలు.
అమ్మక చెల్ల! యే మన వచ్చుఁ బైఁడి
కమ్మిపై మిసమిసల్ కనుపట్టు మేను.
భానునికాంతి లోపలి నిగ్గు దీసి
పూనికఁ జేసెఁ గాఁబోలు విధాత?
అటువలెఁ గాకున్న నవసిలోపలను

1 సముద్రము. 2 చక్కదనము.

నిటువంటి సౌందర్య మెందైనఁ గలదె!
చక్కనివారిలోఁ జక్కనివాఁడు
ఎక్కడ జూతునో యీశ్వరా!' యనుచు,
గనుఱెప్ప వ్రేయక గనుఁగొనుచున్న
పినతల్లిఁ జూచి సంప్రీతితో నతఁడు
దండంబు వెట్టెనఁ; దనయుని నెత్తి
నిండు వేడుకతోడ నెలఁత యిట్లనియె.—
'రా జంతవాఁడవు రాజకుమార,
నేఁ జెల్ల![1] మ్రొక్కేదు, నిన్నేమ నందు?
స్త్రీలకు మ్రొక్కంగఁ జెల్లునఁటయ్య?
బాలుఁడా, నీబుద్ధి బంగారుగాను.
నీచక్కఁదనమును నీవిలాసంబు
చూచినవారు మెచ్చుచుఁ జెప్పఁగాను,
నినుఁ జూడ రా వని నాలోన నేను
ననుమానపడఁగ నేఁ డనుకూల మాయెఁ.
బున్నమచంద్రుండు పొడిచినయట్లు
కన్నులు చల్లఁగాఁ గంటి నీపొద్దు.
మనసునఁ జలి దీరె మాకు నీ వున్న,
జనపతి రాఁ డని శంకింప నేల?
నన్ని కార్యముల నీ వనుకూల మైన,
వెన్న యుండఁగ నేయి వెదుక నేమిటికి?
సారంగధర, నీదు చక్కఁదనంబు

1 మ్రొక్కుచున్నావు.

వేరికిఁ దగు.' నని ప్రియము లాడుచును,
నెలఁతలచేతఁ బన్నీరు దెప్పించి
నలివేణి గడిగించె నతనిపాదములు.
చిడిముడిఁ దన పైఁట చెఱఁగుతోఁ గాళ్ల
తడియొత్తి రత్నాల తబుకులోపలను
నాకులు పోకలు నగరు జవ్వాజి
[1] జోకపా లెత్తు కస్తూరిగందంబు
కప్పుర మాదిగాఁ గానుక లెల్లఁ
దెప్పించి, కొమ్మన్న దేవి కిట్లనియె.—
'ఓతల్లి, వినుము బా గొప్ప నీయిల్లు
పోతుటీఁగకు నైనఁ బొలయఁగ రాదు;
నీతనయుఁడఁ గాన నిందు వచ్చితిని,
ఖ్యాతిగా నీపాదకమలము ల్గంటిఁ;
బహులకుబలె నాకు బహుమాన మేల?
మరి మీధనంబు కొమరులది గాదె?
భామ, నాముద్దుల పారావతంబు
నీమేడపై వ్రాలె నిప్పింపవలయుఁ;
బోయి వచ్చెద.' నన్న భూపాలసుతునిఁ
బాయక చే వట్టి భామ యి ట్లనియె.—
'సన్నుత గుణశాలి, సారంగధరుఁడ,
నన్నుఁ జుల్కన చేయ న్యాయంబు గాదు.
వ్రాకుచ్చి నిన్ను నే వలచినఁ గాని,

1 సమభాగము.

నీకు నాయి ల్లేమి నీయిల్లు గాదె?
రానేమి పోనేమి రాజు లేఁడేమి?
నేను నెంతకు నుండ నీ కేమి భయము?
మచ్చిక నినుఁ గూడి మనసు రంజిల్ల
ముచ్చటించెదఁగాక మోహంబు దీఱ.
జనపతియును నీవు సమ మింక నాకు;
ననుమాన మేల? ర' మ్మని చెట్టఁ బట్టి,
మెలఁచుచు బంగారు మేడలోపలికిఁ
దొలఁగ నీయక వెంటఁ దోడ్కొనిపోయి,
ప్రియముతో నవరత్న పీఠంబునందు
దయ మీఱ నుంచి, 'చిత్తరువులవింత
చూడుమా,' యని ప్రేలు సూటిగాఁ బట్టి,
మేడలోపలఁ దీఁగె మెఱవుచందమునఁ,
జిత్తజు కేళిఁ [1] జౌసీతిబంధములఁ
జిత్తరువులఁ జూపి చిఱునవ్వు నవ్వి,
' బాలుఁడా, చూడు గోపాలకృష్ణుండు
బాలత్వమునను వ్రేపల్లెలోపలను
గొల్లభామలఁ బెండ్లి కూఁతులఁ జేసి
కొల్లగాఁ దాఁ బెండ్లికొడుకు కాయెఁ జూడు;
కన్నెల నెల్లఁ దాఁ [2] గదుపులఁ జేసి
యెన్నంగ నాలపో తై ద్రాయెఁ జూడు.
దాఁపుర మేల బృందావనమందుఁ

---

1. ఎనుబది నాలుగు. 2. ఆవులమందలనుగా.

[1] గోపైన చెంగల్వ కొలనిలోపలను
గోపిక లెల్లను కోకలు విడిచి
దాపునఁ బెట్టి కైదండలం బట్టి
[2] జలజాక్షుఁ బాడుచుఁ జపలాక్షు లెల్ల
గిలిగింతలుగ జలక్రీడ లాడంగ,
నన్ని కోకలు తన హస్తానఁ బట్టి
పొన్నమ్రా నెక్కెను బురుషోత్తముండు.
కొలను వెల్వడి వచ్చి కోమలు లంత
[3] వలువలు గానక [4] వనజాక్షుఁ జూచి,
చెప్ప నే మున్నది! చెల్లఁ బో! చూడు
కప్పిరి తమగుట్టు కానరాకుండఁ;
గంటివా?' యనిన; వాల్గంటివాక్యములు
కంటకం బై తాను గడఁక ని ట్లనియె.—
'వనితరో, యిది శిల్పిపని; యింతె గాక,
వినవలె మునుపటి వృత్తాంత మెల్ల.
మునులు శ్రీరాముని మోహించి పిదప
వనిత లై పుట్టిరి. వసుదేవసుతుఁడు
వెలయంగఁ బదియాఱువేల గోపికలఁ
గలసినట్లే యుండుఁ గపటనాటకము.
మగువ, నీ వెన్నిన మార్గ మంతయును
దగఁ గృష్ణలీలలు. తడ వాయె వచ్చి.

1. కోపు=అందము.
2. శ్రీకృష్ణుని.
3. వస్త్రములను.
4. శ్రీకృష్ణుని.

తోరంపువేడుకతో [1] సంగడీలు
కూరిమి నారాక గోరుచున్నారు;
వనిత, పోవలయు.' నా; వానిమాటలకుఁ
దనలోనఁ జిత్రాంగి తలపోయఁ దొడఁగె.—
'చాతుర్యముల నెంచ శక్యంబు గాదు;
రాతికి సరి వచ్చు రా వీనిమనసు,
కరఁగఁబో; దుష్మొత్తకాయకుఁ జిలుక
[2] పొరసిన విధ మాయెఁ బో తనవలపు.
అఱమఱ లేక నే నాడినమాట
విఱిచి గొమ్ముడ్డుచు మానివృత్తి నున్నాఁడు!
వలపింప నెవ్వరి వశము గా దింక.
చలికొఱ్ఱపై వెన్న సారంగధరుని
మనసు, గరంగదు; మదిలోనిమాట
యనవలసినదె నేఁ డనుమాన మేల?
రసికులం దెవ్వరు రా రీ [3] వలనికి;
సమయమై యున్నది; చల్లకు వచ్చి
ముంత దాఁపఁగనేల మోమాటమునకు?
నంతంత కాలస్య మమృతమే విషము;
కదిసి కోపించినఁ గార్యనాశనము;
గదిసెద నే నైనఁ గా ని' మ్మటంచుఁ
జనుబంతు లదరంగ సారంగధరునిఁ
జెనఁగుచు నిట్లని ప్రియముతోఁ బలికె.—

1. చెలికాండ్రు. 2. పొంచిన. 3. చోటికి.

‘ దీపింపఁగా బహుదినములనుండి
నీపయి నాప్రేమ నిలిచి యున్నదియుఁ.
బుడమిపైమరుఁడ నీపొందు నేఁ గోరి
తడవాయె. నేఁటికి దైవయోగమున
నాడఁబోయినతీర్థ మరుదెంచినట్లు
నేఁడు మోహము దీఱ నినుఁ జూడఁ గంటిఁ.
దగ నిద్దఱకుఁ జక్కఁదనములఁ జూచి
పగఁ బట్టి విధి నన్నుఁ బగఁ జేయ దారి
తప్పెను. విరహవేదనకు నేఁ దాళ.
నిప్పటిపని దీర్పు, మిదిగో జవ్వాజి
[1] కలపంబుఁ బూసికోఁ గదర. న న్నేఁచ
వలదు. రమ్మని బలవంతంబు సేయుఁ;—
గని, పాపభయమునఁ గడగడ వణఁకి,
తనమంత్రివాక్యంబుఁ దలఁచి, ‘ యోతల్లి,
యెనయ ముజ్జగముల నెందుఁ జూచినను
దనయుల మోహించు తల్లులు గలరె !
వనితరో, మాతల్లి వరుసగా నిన్నుఁ
గనఁగవచ్చి. నింత గలు షే నెఱుఁగఁ;
బన్నుగా మాతండ్రి భార్య వై యుండి
న న్నంటు మన నీకు నాలు కెట్లాడెఁ?
గమలాక్షి, తుచ్ఛభోగముల కాసించి
యమునిచేఁ గోఁతల కమ్మ నే నోర్వ.

1. మైపూఁత.

వల దన్న కల నైన నావి పోనాడఁ,
గులహాని వచ్చు; నీ కుటిలంపుఁ జింత
విడువుము, నామాట విను, పాప' యనినఁ.——
1 దాడిఁబడ కాతనితోఁ నిట్టు లనియె.——
' కాంతుండ, వినర భూకాంతునితనయ,
యెంత చెప్పితివి కా సంతటిపనికి?
నదరుమాటల నెవ్వ నాడుచు నన్ను
బెదరించి, యముఁ డని పేరు చెప్పెదవు.
పనివడి మబ్బులోఁ బలిసీళ్లు నన్ని
దానసీళ్లు దెగఁ గొట్టుదురె వెఱ్ఱు లైన?
చే దొరకినమేలు చే జాఱ విడిచి
మీఁద వచ్చెడుకీడు మే లెవ్వఁ డరయు?
వావు లెంచఁగ నేల వల పున్నచోట?
వావుల నెంచంగ వలవ దీపట్ల.
గురుభామ నంటఁడా కోరి చంద్రుండు?
వరుస సుగ్రీవుండు వదినెఁ గైకొనఁడె?
తనర మేనత్తఁ బొందఁడె ముకుందుండు?
తనబిడ్డ నంటఁడే ధాత మోహమున?
దాశిని గూడఁడే తాఁ బరాశరుఁడు?
కౌశికుఁడును మేనకను గయికొనఁడె?
వా రెల్ల నీవలె వావులు వెదక
నేరరో? నీ వన్న నేర్పరి వేమొ?

1. వెనుదివియక.

[1]వెడ్డుమాటలె కాని వేల్పులకన్న
దొడ్డవాఁడవుర! నా [2]దూఁకలి దీర్పు.
చలము సేయకు.' మని చక్కనిమేడ
తలుపు మూయఁగఁ బూనఁ; దత్తఱంబునను

—* సారంగధరుఁడు విడిపించుకొనుట *—

బలుకుపుల్కనఁ జూచి భూపాలసుతుఁడు
కొలుకులఁ గన్నీళ్లు గ్రుక్కుచుఁ బలికె.—
'ఎలనాగరో, నీకు నెంత చెప్పినను
బలుమాఱు పాడిన పదమె పాడెదవు.
అతిభక్తితో దేవుఁడని మ్రొక్కనంత
మితి దప్పి గుడి వచ్చి మీఁదఁ బడ్డట్లు,
ఛా గాయె, నీకఁ జాలుఁ, బదివేలు వచ్చె;
సాగి పోని' మ్మని సారంగధరుఁడు
చిట్టాడఁగాఁ; జూచి చిత్రాంగి దేవి
గట్టిగా మొలదట్టి కరములఁ బట్టి
పెనఁచి పోనీయక పెనఁగులాడఁగను ;
వనిత పట్టిన దట్టి వడిఁ బట్టి చించి,
రాహువు మ్రింగిన రహి దూలి పోక
సాహసంబున లేచు చంద్రునిపగిది
విడిపించుకొని పోవ;—'వినుము సారంగ,
అడుగు దాఁటితివేని యవనీశునాన!
ఆసించి వచ్చిన యతివల నిట్లు

---

1. కపటపు. 2. బాధను.

గాసి వెట్టఁ దలంపఁగా నగు నటర ?
దొమ్మి సేయఁగరాదు దొరకుమారుఁడవు.
నమ్ము, ని న్నేమన, నాకన్ను లాన.
ఏటికి భయము రాజేంద్రకుమార,
మూఢైన, విను ' మన్న; మఱికొంత దవ్వు
తరలి పోవఁగఁ జూచి తనయాస విడిచి
పరువడిఁ జిత్రాంగి పలికెఁ గోపమున.

—* చిత్రాంగి సారంగధరుని బెదరించుట. *—

' చూడు మే మందు నీచుఁడ నంతలోన
నాఁడుదానిది యను రంటకపోదు;
నేనుగా రమ్మన్న నిష్ఠ పల్కెదవు;
కానిమ్ము నీకండకావరం బడఁతు.
పయిని నీవును బడుపాటులు చూడు;
వయసున కెగ్గు రావలసెఁ గాఁబోలు ?
రచ్చపైఁ గొండంత రాగంబు దీసి
యుచ్చపోతనఁ బాడనోయి యన్నట్లు.
చక్కఁదనానకుఁ జాల మోహించి
నిక్కమ్మై నమ్మితి నెఱజాణ వనుచు;
లందుఁబోతవు; కాకులకుఁగాను ముష్టి
పండిన నెండిన ఫల మేమి రోరి ?
వినుము నాప్రజ్ఞ, యేవిధమున నైన
జనపతి రానిమ్ము, చలము రెట్టించి,

[1] ఓజగా నీతప్పు యుక్తిగాఁ జెప్పి
చేసేత రేపు నీచేతులుఁ గాళ్లుఁ
కఱకఱ గ్రొవ్వాఁడికత్తులచేతఁ
దఱిగింప కున్న నింతటనుండి నన్నుఁ
బేరు మాఱిచి పిల్వవే.' యని సారె
సారెకుఁ జేయెత్తి చలము సాధింపఁ

—* సారంగధరుఁడు ఉత్తరము పల్కి వెడలుట *—

బగఁ బట్టి చెప్పిన పడఁతిమాటలకుఁ
బాగులుచుఁ బలికె.—'నోపొలఁతి, న న్నింత
చలపట్టి యిట్టి యసత్యవాక్యములు
తలపోయ నేల? భూతలనాథుఁ డైన
నవ్వును గా దనక నీ వాడినమాట
చెవిఁ బెట్టి న న్నేల శిక్ష సేయించు?
నది గాక, భూదేవి యాకాశవాణి
పదపడి జీవుల పాపపుణ్యములు
గానరా? నేఁడు నీ కల్ల నానిజము
గానక యేల వెక్కసము లాడెదవు?
భామ, పిచ్చుకమీఁద బ్రహ్మాస్త్ర మేయఁ
గామింపకుము; దైవగతి యటుమీఁద.
నీదయ; తనయుండ నీవు నాతోడ
వాదింప నేఁ బగవాఁడను గాను.
దయ యుంపు' మని మ్రొక్కి తరలి యచ్చోట

1. ఓజగాన్=వరుసగా.

భయము దీఱఁగ రాజభవనంబు వెడలి,
పులి నాకి విడిచిన పోలికగాను
[1] నలుకుచు, నెవ్వ రేమందురో యనుచుఁ,
గాలు సే యాడక కన్నంబులోనఁ
దేలు గుట్టినదొంగ తెఱఁగు చూపట్టి,
ప్రకటింపఁగా రాని భావ మూహించి,
మొగ మెత్తి చూడక, మూఁగచందమునఁ,
దల వంచికొని ధరాతలముఁ జూచుచును,
జెలిమికాండ్రను గూడి సింహవిక్రముఁడు
పడుకటింటికిఁ బోయి, పాన్పుపైఁ జేరి,
సుడివడి పవళించి, సొం పేమి లేక
చిన్నఁబోయిన మోము చెలువంబు దప్పి,
మిన్ను విఱిగి వచ్చి మీఁదఁ బడ్డట్లు,

—* సారంగధరుఁడు చింతిల్లుట *—

'పోరు లేకయె పోరు పుట్టె నీపొద్దు!
పారావతము నేల పట్టి యాడితిని!
గోటలు పేఁటలు గొబ్బున దాఁటి
యేటికిఁ జిత్రాంగి యింటిపై వ్రాలె!
బుద్ధి గల్గినయాసుబుద్ధియుఁ జాటి
బుద్ధి చెప్పినను నాబుద్ధి ముసించె!
నలివేణి పినతల్లి యని మ్రొక్కఁగానె
యెలమిఁగో ననుఁ జూచి యేల మోహించెఁ!

1. అలుకుచున్=భయపడుచు.

దగదు మాను మటన్నఁ దగుణే నామీఁదఁ
బగఁబట్టెనే! అవ్వాపాలు గాకుండ
దైవమా, యీదూఱు తప్పింపు' మనుచు
[1] దావంతమున మదిఁ దలపోయు చుండె.

—* చిత్రాంగి సారంగధరునిపైని బగఁ బూనుట *—

అక్కడఁ జిత్రాంగి యారాటమునను
నక్కటా! యనుచును [2] నవనిపై వ్రాలి,
యొడిలోనఁ గట్టిన [3] హొన్నులమూట
పోడవునాతిని బడిపోయినయట్లు,
సారంగధరుఁ డంత చలమునఁ జనిన
దారి దప్పక చూచి దైవమా యనుచు
మీనాక్షి మోహంబు మితి మేర లేక
పానుపుపైఁ బడి పలువరించుచును,
నులికిపా టగుచూపు నొగి జాఱుకొప్పు
తలపోఁత మదిఁ గొంత తఱు చావలింత
దెలివి దప్పినమాట దిగజాఱు చెమట
కలవరింతలు, మబ్బు గప్పినయట్లు
వన్నెలు దూలియు వనిత కంతంత
కన్నులఁ జీఁకట్లు గప్పినయట్లు,
విరహాతాపంబున వేగింపలేక,
పరిపరివిధముల బాలునిఁ దలఁచి,
'చేయి చేతను వ్రేసి, చీకాకు చేసి,

---

1. దుఃఖముతో. 2. నేలమీఁద. 3. వరహాల.

పోయితి వోడించి భూపాలతనయ.
అంచితంబుగ దట్టి యపుడు చేఁ జిక్కె;
మంచిది నీపని మట్టు చేయింతు.'
నని కడ లేనికామాంధకారమున
మునిఁగి సొమ్ములు దీసి ముల్లెగాఁ గట్టి,
ముఱముఱ మని పట్టుఁబుట్టంబు విడిచి,
గుఱు మాసి యున్నట్టి కోకను గట్టి,
గబ్బిగుబ్బలఁ జేతి గాజులఁ జీఱి,
తబ్బిబ్బుఁజేఁతలఁ దలకొంగుఁ గట్టి,
బాలిక పువ్వుల పానుపు విడిచి,
మూలను బవళించి మూల్గుచు నుండె.

—* రాజు వేఁటనుండి మరలి వచ్చుట *—

ఆప్రొద్దుమఱునాఁడె యడవిలోపలను
నేపార రాజనరేంద్రభూవిభుఁడు
బాహుబలంబున బలమును దాను
సాహసంబున మృగసంఘంబుఁ ద్రుంచి,
వెర పొప్పు మృగముల వేఁటఁ జాలించి,
సరసిప్రాంతకుఁ జేరి, జలములు గ్రోలి,
యలసట దీఱంగ నచ్చోట నిలిచి,
కొలఁకులదరులఁ జకోరదంపతులు
వేడుకఁ గూడిన విధ మెల్లఁ జూచి,
పోఁడిమిగా మేను పులకించి, రాజు
చిత్తంబు జల్లనఁ జిత్రాంగి దేవి

తత్తఱంబునఁ గొంతతడవు చింతించి,
కడలేని మోహసాగరమున మునిఁగి,
గడియ యేఁడై యుండఁగా; నంతలోనఁ
బన్నుగాఁ—జిత్రాంగి పట్టినపట్టు
అన్యాయ—మని రవి యస్తాద్రిఁ జేరెఁ.
చిత్రాంగి కుచములు చీఱిన రక్త
గాత్రమై సంజరాగంబుఁ జూపట్టె.
భామ కట్టిన మైల పటముచందమున
శ్రీ మించఁ దగ నిండు చీఁకటి గప్పె.
నల్లంత చిత్రాంగి యాణిముత్యములఁ
జల్లెనో యనఁగ నక్షత్రముల్ పొడిచె.
మగువ ప్రాణేశుని మామ యన్నట్లె
మగఁటిమితోఁ జందమామ చూపట్టె.
[1] విధుఁడు చల్లనిమందు [2] విరహులమీఁద
వెద చల్లినట్లుగా వెన్నెల గాసె.
నరనాథుఁ డారాత్రి నాల్గుజాములను
నురుతరంబుగ నాల్గుయుగములపగిదిఁ
గడపి, సూర్యోదయకాలంబునందుఁ
బుడమి గంపింప నాపురికి నేతెంచి,
బంధుమిత్రామాత్యబలముల నెల్ల
నందంద సెల విచ్చి, యవనిపాలకుఁడు
అను వంద వేగ చిత్రాంగిని జూడఁ

1. చంద్రుఁడు. 2. ఎడఁబాసినవారిపై.

జనుటకై, పన్నీట జలకంబు లాడి,
దివ్యభూషణములు దివ్యాంబరములు
నవ్యమాల్యములు గంధానులేపనము
సింగార మలవడఁ, జిత్రాంగి యున్న
బంగారుమేడకుఁ బయనమై వేడ్క,
నడపకత్తెయుఁ దెల్లనాకు లందియ్య,
నడిగఁ జిత్రాంగిదివాణంబుఁ జొచ్చి,
కొలువుఁగూటంబులు కొమరొప్ప దాఁటి,
చెలివి దప్పినయట్టి తీరెల్లఁ జూచి,
మదిలోన శంకించి, 'మగువ యిన్నాళ్లు
నెదురుగా వచ్చు, నేఁ డేల రాదయ్యెఁ ?
[1] బోలముల కెడఁబాసి పోయినందులకు
నలిగెనో?' యంచు, [2]అంతాలకించుచును,
నంతఃపురముఁ జొచ్చి, యాత్మలోపలను
జింతించుచును బోయి చిత్రాంగిఁ జూచి,
నిండిన భయముతో నిర్వాణఁ దగుచు
మండలాధీశుండు మగువ కిట్లనియె.—
'అలివేణి, నామీఁద నలిగితో? లేక,
యెలనాగరో, నిన్ను నెవ్వ రేమనిరి?
[3] క్రందుగ నవరత్నఖచితమై వెలయు.
సుందరంబైనట్టి సొమ్ము లేమాయెఁ ?
జందమామను బోలు సకియ, నీమోము,

1. అడవులను. 2. అంతు=ధ్వనిని. 3. దట్టముగా.

ఎందుకై కళ దప్పెనే ముద్దుగుమ్మ?
తగు పట్టుఁబుట్టంబుఁ దాల్చుట మాని
మగువ, మాసినచీర మఱి కట్ట నేల?
వనితరో, మల్లెల పానుపు విడిచి
పనికి మాలిననేలఁ బండ నేమిటికి?
రత్నాలకుప్ప, యో రాజీవనేత్ర,
రత్నాంగి నీతోడ [1]రచ్చ చేసినదా?
యెంతటి కైనను నెలనాగ, నీకుఁ
బంత మేటికి వినఁ బల్కు నాతోడ.
మఱుఁ గేల? కలనైన మఱి నిన్ను కాని
పెఱకాంత నెఱుఁగనే వెడలిల్లునాన.
తనుమధ్య, నే నేమి తప్పు చేసితిను?
నినుఁ బాయలేనె! యో నీరజగంధి.
నన్నెంచ వేల యోనవమోహనాంగి?
కన్నెత్తి చూడవే కప్పురగంధి;
పలుకవే తేనె లుప్పతిలఁ జిత్రాంగి,
యలుక సేయంగ రా.' దనుచు భూవిభుఁడు
తను నంట వచ్చినఁ, దరుణి మూల్గుచును
గను విచ్చి గద్గదకంఠి యై పలికె.—

—* చిత్రాంగి రాజుతో సారంగధరుఁడు తన్నంటె నని చెప్పుట *—

'[2]రవితేజ, నన్నంట గాకు రాజేంద్ర,
అవనిలోపల నవ్వు లాయె నాబ్రతుకు.

1. కలహము. 2. సూర్యుని తేజస్సువంటి తేజస్సు కలవాఁడా.

పాపపుదైవంబు పగఁబట్టి నన్ను
నీపాటు గాఁ జేసె. నే లజ్జ విడిచి
యే మందు? నీసుతుఁ డెనయ నన్నంటె;
మామ నైతివి నాకు మండలాధీశ.
అమరంగ నీకు నిల్లాల నై, నేఁడు
కొమరొప్ప నీకు నేఁ గోడల నయితి.
వినుము నాపయిఁ బ్రేమ విను నేఁటినుండి
కడు వేడ్కఁ రత్నాంగి కలదు పో.' మ్మనిన
[1] నారసంబులు చెవి నాటినయట్లు
ధారుణీపతి నొచ్చి తరుణి కిట్లనియె.—
'వనజాక్షి, విను నీ [2]దివాణంబునకును
ననుఁ జూడ నయిన నెన్నఁడు రానివాఁడు,
కలుషాత్ముఁ డొంటి నిక్కడి కేల వచ్చెఁ?
దెలియఁ జెప్పు' మటన్నఁ, దెలివితోఁ జూచి.—
వగలాఁడి బహుమాయవాద మూహించి,
పగడంపుఁగంబంబు పట్టుక లేచి,
తల వంచి పలికెః—"భూతలనాథచంద్ర,
తెలియంగ వినరయ్య. దీపించి మీరు
పొందుగా వేఁటాడఁ బోయినవెనుక
నందు విచారించి సారంగధరుఁడు
'పారావతము వచ్చెఁ బట్టియి' మ్మనెడు
పేరిటఁ దా వచ్చి ప్రియములు పలికి,

1. సర్వము లోహ మగుబాణములు. 2. లోఁగిలి.

నాచక్కఁదనమును నయముగాఁ జూచి,
నీచాత్ముఁ డూరక నిలిచి యి ట్లనియె.
‘ మగువ, నీపయిఁ జాల మన సాయె నాకుఁ
దగఁ గౌఁగి లి’మ్మన్నఁ, ‘దగదురా యోరి,
యొడ లెఱుంగక యిటు లొంటిగా నున్నఁ
బొడగని చెయిఁ బట్టఁ బోలునా నీకుఁ ?
దల్లిని రా యిట్లు దగదు పొ’ మ్మనినఁ
బల్లిదుఁ డై పట్టె బలవంతమునను.
వగ గుల్క నాలేఁతవయసుఁబాలిండ్లు
పగిలి కట్టునిగోళ్లపా లాయెఁ జూడు.
పగడంపుఁ గెంబాల పస మించుతొడలు
నొగి నఖములఁ జీఱునెఱపులఁ జూడు.
కరములఁ దప్పింపఁగా వాఁడు పట్టఁ
బెరిగిన ముత్యాల పేరులఁ జూడు.
పాతకుఁ డిటు నన్నుఁ బట్టి పోరాడ
భీతిల్లి నిన్నుఁ నే బిలిచితి రాజ.
అప్పటినాపాటు లన్నియు మీకుఁ
జెప్పంగ నేల? యాశివునికే తెలియు.
[1] నంజనంబున మాట లాడ నేమిటికి ?
ముంజేతికంకణంబున కద్ద మేల ?
కనుఁగొను.” మని పైఁట కడకుఁ బోఁదీయఁ,
గని విస్మయం బంది, కాంతపాలిండ్లు

1. అంజనము వేయించి ప్రశ్నింపనేల.

కసుగంది, చక్కని గజనిమ్మపండ్లు
కసిగాటుగాఁ జిల్క గఱచిన ట్లున్న,
ధరణీశుఁ డారక్తధారలఁ జూచి
వెరఁ గందఁ; జిత్రాంగి విభున కిట్లనియె.
‘ ఇలలోన వేమాఱు నెంచి చూచినను
గల దయ్య నావంటి కష్టాత్మురాలు!
బలుకీర్తియుతముగా బ్రతుకు టే బ్రతుకు,
బలిమిని వేయేండ్లు బ్రతుక దే కాకి?
నావంటియిల్లాండ్రు, నరనాథ, నీకు
వేవేలచక్కనివెలఁదులుఁ గలరు;
[1] వగ దప్పి స్మృతిఁ బొందువారికి రాజ,
మొగి సముద్రము చూడ మోఁకాటిబంటి;
కష్టాత్ముఁ డంటినకాయ మీవఱకె
నష్టంబుఁ జేయుదు, నాథ, యిందాఁక
నినుఁ జూడఁ బ్రాణంబు నిలిపితిఁ గాని;
జననాథ, నేఁటితోఁ జాలు నీపొందు;
నన్ను [2]మానుప నీకు న్యాయంబు గాదు,
కన్నులపండువు గాఁ జూడు.’ మనుచు,
బిఱబిఱ లేచి యాపృథివీశుకత్తి
యొఱ దూసి రొమ్మున నుంపఁ జొచ్చినను,
గనుఁగొని చే చాఁచి ఖడ్గంబుఁ బట్టి
తనలోన భయ మంది తరుణి కిట్లనియె:

1. యోగ్యత చెడి. 2. మరణమునుండి నివారించుట.

‘ కలికిరో, యీఘాతకార్య మేమిటికి ?
వలదు చాలించి నావాక్యంబు వినుము;
నిన్నుఁ బట్టినవాని నిముసంబులోనఁ
గన్నపుత్త్రుని నైన ఖండించివైతు;
వానికోసం బింత వలదు పో చింత;
మానిని, నామాట మది నుంచి, కొంత
యుండు.’ మటంచు నత్యుగ్రుఁడై లేచి

—* రాజు కొమరునియవినయమును సభలో చెప్పుట *—

మండుచు [1]నాస్థానమంటపంబునను
[2]నలఘుఖేదమున సింహాసనంబునను
దల వంచి కూర్చుండి ధాత్రీధవుండు
గార త్రాగినచేఁపకైవడిఁ దాను
నారాటమున మన సారంగ లేక
కలకంఠిరూపురేఖలు మది నెంచి
తల యూఁచి మదిలోనఁ దలపోయఁ దొడఁగె.
‘ దైవ మెంతటిదైన దశలు దుర్దశలు
వేవేలఁ జీఁకటి వెన్నెలఁ జేసె.
నుపమింప సత్కీర్తి యొకయేఁట రాదు;
అపకీర్తి కను మూయునంతలో వచ్చుఁ.
గొడు కని తప్పుఁ గైకొని కాతునేనిఁ
బుడమిలోపల వృథ వోదు; పోయినను

1. కొలువుఁగూటమున. 2. ఎక్కుడు దుఃఖముతో.

(భూపాలుఁ [1]డొనరించుబుద్ధికి మించు
పాపంబుఁ జేసెనా బాంధవునైన
నన్నదమ్ముల నైన నాప్తుల నయినఁ
గన్నపుత్త్రిని నయినఁ గావంగరాదు;
వాసి వన్నెయుఁ దప్పి వర్తించురాజు
నాసిల్లి [2]సమయు. నెన్నఁగ సభలందుఁ
[3]బలు విచ్చి యీమాటఁ బలుకఁ బాపంబు;
వెలయ ముగ్గురు విన్న విను ముజ్జగంబు;
నుపమంశో నేఁ జెప్పకుండినఁ గాని
యపకీర్తి రాఁగల.' దని నిశ్చయించి,
తనయుఁడు చేసిన తప్పిదంబునకుఁ
గనలుచు, బంధువర్గము దెసఁ జూచి,
సంకోచమునఁ జెప్పఁ జాలక, కొంత
శంకించి, మంత్రులఁ జయ్యనఁ బిలిచి,
చెనటి యై చిత్రాంగి చెప్పిన దంత
వినిపించి, దీని కేవిధ మని యడుగ. —
విని మంత్రు లందఱు వీనులు మూసి
మనల మేర్చినయట్లు హరిహరీ! యనుచు,
భాసురంబుగఁ జిత్రపటములోపలను
వ్రాసినప్రతిమలవలె నూర కున్న;

—* మంత్రుల యుత్తరములు. *—

నవుడు నయజ్ఞుఁ డని యొకమంత్రి

1. పెట్టిననియమమునను. 2. రూపుమాయును. 3. పల్లు.

నిపుణుఁ డై నిలిచి యానృపున కి ట్లనియె:
'వినవయ్య భూపాల, విశ్వంబులోన
జనని మోహించుదుర్జను లెందు లేరు.
నీయాజ్ఞ నిన్నాళ్లు నిలిచె ధర్మంబు.
ఈయధర్మంబున కేమి రాఁగలదొ ?
లోకంబు [1]లోఁ [2]గుంద లోకంబునందు
నేకులంబున నయిన నిటువంటివానిఁ
గలసినవారి కేగతి యౌను కాని,
పలికినఁ బాపంబు పట్టి ముట్టాడు.
దనయుఁడు తల్లి నుద్ధతిఁ బట్టె ననిన
వినరాదు భూపాల, వినుము నామాట.
వరకుమారుఁడు రాణివాసంబునకును
నరుగనే రాడు మీ రచట లేనపుడు.
సవతి మచ్చరమునఁ జంపింపఁ దలఁచి
యవమాన మొనరించె నని వింటి. మైన
ననుమాన ముంపక యలివేణి మీకు
వినిపించె నంటి రావిధము సిద్ధంబు.
నీ వాత్మజుఁ డని మన్నించితి వేని
వావి వర్తన తప్పి వర్తించు జగము.
అది గాక పినతల్లి నంటినవాని
వదలక తెగటార్ప వలయు భూపాల.'
యన; విని, మతిమంతుఁ డనుమంత్రివరుఁడు

1. మనస్సులలో. 2. దుఃఖింపఁగా.

జనపాలుఁడో ననె:—'జగములోపలను
వరుస నార్గురుచక్రవర్తులు గాక
పరికింప రాజులు పదునార్గు రంద్రు.
శశిబిందు మాంధాతృ జనకు లిక్ష్వాకు
దశరథ రామాది ధరణివల్లభులు
పృథివి నేలిరి కాని, [1]పృథివీశ, తొల్లిఁ
గథలందు నిటువంటికల్పంబు వినము.
జనమనోహరుఁ డైనసారంగధరుఁడు
మనుజేశ, పరిపాటిమనుజుండు గాఁడు,
ప్రణుతింపఁ దనయీడుబాలురలోన
గణుతింపఁ గలబుద్ధి గలవాఁడు గాని.
మదిరాక్షి చెప్పినమాటలే నమ్మి
యదరుపాటునఁ జేయ నగునె? యీపనికి
నొకటి రెండుదినంబు లోర్చి, యీమీఁదఁ
బ్రకటంబు గాఁ దప్పు, పాలింపవలయు.
నిర వొంద ముందుగా నింటను గెల్చి
వరుస రచ్చను గెల్వ వలయు. వేవేగ
[2] సడి సన్నపెద్దల సారంగధరుని
నడిగి రాఁ దగువారి నంపింపవలయు.
మాటలచేతనే మనసులోఁ గల్ల
తేటపడఁగ నందు తెలియంగవలయు.
నవనీశతిలక, నీ వంపుమా.' యనిన.—

1. చరిత్రను. 2. అపకీర్తి.

—* రాజు కుమారు నడుగ మంత్రులం బంపుట *—

నవు నని భూపాలుఁ డామంత్రులందు
ఘను లైనవారి నక్కడకుఁ గొందఱను
జనుఁ డన్న, వార లాస్థానంబు వెడలి,
సారంగధరుఁ డున్న సదనంబునకును
జేరి మ్రొక్కిన; సంతసిలి రాజసుతుఁడు
కూరిమితో వారికుశలంబు లడిగి,
'మీరు వచ్చిన దేనిమిత్తం?' బటంచు
నడిగినఁ; జెప్ప నో రాడక వారు
తడవు చింతించి, 'మీతండ్రి మ మ్మిటకుఁ
బనుప వచ్చితిమి, యాపని దాఁప నేల?
వినుము; రాజకుమార, వింతగా నీవు
ధరణీశ్వరుఁడు స్వారి తరలిన వెనుకఁ
బురములో నుండియుఁ బులుఁగులఁ బట్టి
చెఱలాడుచును బోయి చిత్రాంగిఁ జూచి
తఱలిపోవక గబ్బితనమున మీరు
వలచి బల్మిని బట్టి వచ్చినా, రనుచు
జలజాక్షి చెప్పెను జగ మెల్ల వినఁగ.
నది యేమొ పోయి మి మ్మడిగి ర మ్మనుచు
నదయుఁ డై రాజు మ మ్మంప వచ్చితిమి.
నిలుప నేమిటి కయ్యా? నిజ మైనమాట
సెల విచ్చి మముఁ బంపు క్షితిపాలతనయ.

ధరణి మీ రెఱుఁగనిధర్మంబు లేదు.
పరువడి నన్నియుఁ బలుక నేమిటికి ?'

—* సారంగధరుని యుత్తరము *—

అని పల్క.—గుండె జల్లని డిల్లపోయి
తనుఁ దా నెఱుంగక తల్లడించుచును,
నంతరంగంబున నాప్తులమాట
చింతించి, 'బాపురే! చిత్రాంగి దేవి
తనమాట వినకున్నఁ దామసంబునను
మన సొప్పకయ బెట్టుమాటలచేత
నలివేణి బెదరించె ననుకొంటిఁ గాని,
యవనీశుతోఁ జెప్పు నని యెంచ నైతిఁ.
గొనకొన్న వేడ్కతోఁ గుడిచి కూర్చుండి
పని లేనిపని అవ్వ పాలుగా నయ్యెఁ.
గాలంబు! దైవసంకల్ప మేకరణిఁ
గా నున్నదో! చేయఁగల దేమి యింక ?
జగములో ధర్మమే జయ మనుమాట
తగుఁగదా.' యని కొంత ధైర్య [1]మంకించి,
'అనఘాత్ములార, నే ననియెడి దేమి ?
జనని చెప్పినమాట జనవల్లభునకు
మది నాటు; నిఁక వేయిమాట లేమిటికి?
తుదఁ బాముకా టంత తుడిచినఁ బోదు.

1. అంకించి=వహించి.

చెవులె నేత్రంబులు క్షితివల్లభులకుఁ;
దవులవు కొండెముల్ ధర్మరాజులకు.
నటు గాన నాతప్పు నవ్వలితప్పు
లెటు వినుం; డీరెండు నీశ్వరుఁ డెఱుఁగు.
తనబుద్ధి వినెడిమాత్రుఁడి నేపొద్దు
మనసులో దైవంబుమాఱుగాఁ జూతు.
చిత్రాంగి రత్నాంగి శివుఁడు సాక్షిగను
ధాత్రి నా కిద్దఱు తల్లులే యందుఁ.
గలలోన మఱి యింతకన్న నే నేమి
పలుబుద్ధు లెఱుఁగ భూపాలునియాన.
భూమిలోపల అవ్వఁ బొందె నీతనువు.
ఏ మైనఁ గాని రాజేంద్రునియొద్ద
మరలక నిలిచి నామాఱుగా మీరు
సరసవాక్యంబుల సత్యంబునందు
మన సుంచి నా వార్త మఱవ కంతయుఁ
వినిపింపఁ దగు నందు విన్న చందంబు.
బాలుఁడ నని తంటపని సేయఁబోక
పాలింపరయ్య పెంపగుమంత్రులార.
కనఁదగు వినఁదగుఁ గాని యీరీతి
వనితమాటల నమ్మ వల దనరయ్య.
సాక్షి లే దని దాని సతముగా నమ్మి
శిక్షింపఁ దగ దని చెప్పరే మీరు.
పిమ్మట నడి పిన్నపెద్దలచేతఁ

గ్రహ్మాడి నని బోధ గావింప రయ్యా.
ఆమెను నన్ను దేనాలయంబునను
నేమించి మాటాడ నేరుపరయ్యా.
నేటిదాపటిలోన నిజమును గల్ల
తేట గా దని యుక్తిఁ దెలిపింపరయ్యా.
అందుకై నామీఁద ననుమాన మున్న,
మందిని గాపుగా మఱి యుంపరయ్యా.
నీరు పాలును రెండు నిశ్చయంబుగను
బాలు పుచ్చినమీఁదఁ బని సేయు మనుఁడు.
ఇటువలెఁ జెప్పఁగా, నెటువలె దైవ
ఘటన యేరీతిదో గాని పొం.' డనుచుఁ
బోలు సమరంగఁ దాంబూలం బొసంగి
సెలవిచ్చి పంపె నాక్షితిపాలసుతుఁడు.

ప్రథమ భాగము

సంపూర్ణము.

సారంగధర చరిత్రము

ద్వితీయ భాగము.

—* రాజు చిత్రాంగిని పరీక్షించుట *—

అంతట నరిగి యాయవనీశుఁ గాంచి
వింతగా జరిగినవిధము నిక్కముగ
పిన్నలు పెద్దలు ప్రియబంధువులును
[1] బన్నుగాఁ దెలుప, నా పార్థివోత్తముఁడు
'ఈమాఱు చిత్రాంగియింటికిఁ బోయి
వామాక్షి నడిగి రా వలయు' నటంచుఁ,
దనమంత్రివర్గంబు దగుబంధుజనులుఁ
జనుదేరఁ జిత్రాంగిసదనంబునకును;—
జననాథుఁ డేతెంచుచందంబు తెలిసి,
తనకష్ట మేర్పడఁ దలఁచి మూల్గుచును,
గాటుక కన్నీరు కలయ నద్దుచును,
[2] దాటోటు నేరని దానిచందమునఁ
దలకొంగు సవరించి తలు పోర చేసి,
కలికి మెల్లన రాజుఁ [3]కంబమునోర
నిలిచి, బొట్టనవ్రేల నేల వ్రాయుచును,
దల వంచి పలుమాఱు దైవమా యనుచు,
సిరి దప్పి యున్నయా చిత్రాంగిఁ జూచి

---

1. చక్కఁగా. 2. మోసము. 3. స్తంభము.

నరపాలుమంత్రులు నాతి కిట్లనిరి.
‘ చిత్రాంగి, నీ వింత సేమాన నుంటి,
పుత్త్రునిపై నింద పుట్టె నీలాగు.
పున్నెమో పాపమో భూదేవి కెఱుక,
వన్నెగా నాకాశవాణికిఁ దెలియు.
మనుజు లెంతటివారు? మాటలయందు
ననుమాన మేర్పడు? నందాఁక నేమి
యనరాదు. జనపాలు ననుమతిచేతఁ
జని మేము నిందాఁక సారంగధరుని
నడిగిన నిజేగ మతిఁ జెన్నినాఁడు.
దుడుకు సేయఁగరాదు దూరంబు సూడు,
నలినాక్షి, పెఱవారి నాశంబు సేయఁ
దలఁచినఁ దనమేలు దైవంబు చెఱుచు.
మొనసి కల్పినలెప్పు మోయుటకొఱకు
వనిత, యెవ్వరిమీఁద వచ్చునో కాని?
వేవే లనఁగ నేల? వినుము చిత్రాంగి
దేవి, తెన్నుగ మీరు తెల్పక యున్న
సామ దండోపాయ సాధనంబులను
గీమసంబున జూడ గీయక పోరు.
బయ ల్లైన వెనుక నీప్రజలలోపలను
బయిసి పోస్రుటు కొంత, పాపంబు కొంత,
ఆడిక లోక కొంత, యపకీర్తి కొంత,
చేసగో, తగుబుద్ధి చెప్పితి’ మనిన;—

—* చిత్రాంగి యుత్తరము *—

విని, కంచుకిచ్చిన విధమున నింతి
జనపతిదిక్కు చేఁ జాఁపి యిట్లనియె:
‘ పుడమిలోపల, సాటె పోలయఁబాడి
సుడి యాఁడె నని చెప్ప చొక్కపుమాట
విధ మాయె ముందె; నావిధ మెల్లఁ దెలిసి
యధిప, గుంపై వచ్చి యడుగ నేమిటికి ?
కొంచెము గానట్టి కులమునఁ బుట్టి
యుంచితంబుగ రచ్చ లాయె నా బ్రతుకు !
సరివారిలో సరిసాటి కా నయితి
మరి నీకు మా నాభిమానముల్ లేవె?
పుట్టినదే యాఁడుఁబుట్టువు గాని
చెట్టుగుట్టయి నేను క్షితిఁ బుట్టనయితి.
మగవారు సిగ్గెగ్గు మట్టిగా విడిచి,
మగువ, తెల్పు మటన్న మా కేమిభయము ?
పాపాత్ముచేత నేఁ బడినపాట్లెల్ల
దాఁపుర మేల? యధర్మ కార్యంబు
ఔటఁ గాకుంట నన్నరయుఁడీ.’ యనుచుఁ
బైఁటకొంగును బట్టి బయలుగాఁ దివిచి,
గయ్యాళి తనచేతిగాజుల ఱొమ్ము
వ్రయ్యలుగాఁ జీఱి పసివాళ్లు వాఁడి
కంది రక్తము గాఱు కాంతపాలిండ్ల
నందఱుఁ జూచి ‘మహాదేవ!’ యనుడుఁ,

బట్టించుచట్టి భూపాలకు నెదుటఁ
బెట్టి, 'యెవ్వరి?' దన్నఁ; బృథివీశ్వరుండు
నిలువక తనమంత్రి నివహంబుఁ జూచి
పలికెను; 'కల్పనోపాయంబు గాదు,
మన మంత యిది వట్టి మాయ గాకుండఁ
గనుఁగొంటిమే ఘోరకర్మ. మిచ్చోటఁ
బని యేమి? పో నగుఁ బదపడఁ.' డనుచు,
ఘనకోపమున మంత్రిగణముఁ దోడ్కొనుచు,
నలుకతో నేఁగి, సింహాసనం బెక్కి,
కొలు వుండి, తనబంట్లఁ గొందఱ నంపి,

—* రాజు బ్రాహ్మణులను అడుగుట *—

పురములోఁ గల మేటి భూసురకోటి
నిరుపమ సుజ్ఞాన నిధు లైనవారి
నప్పుడు సకలశాస్త్రాధికారులను
రప్పించి యి ట్లనె రాజశేఖరుఁడు.
'మోహించి తల్లిని ముట్టినయట్టి
ద్రోహిని దండించుత్రోవ యె?' ట్లనిన;
విజ్ఞాను లప్పు డా విధముఁ జింతించి
విజ్ఞాన[1]ధర్మముల్ విధి దప్పకుండ
వివరించి - 'భూపాల, విన్నపం బొకటి;
ధ్రువముగా నటువంటి ద్రోహిని బట్టి
యుడుగక నడురేయి నుగ్రదుర్గమునఁ

1. విజ్ఞానేశ్వరయోగి చెప్పిన.

దడయక కాల్సేయి తఱగింపవలయు
విధియుక్తముగ.' నన్న, విని తలవరులఁ
బదిలుఁ డై రప్పించి పార్థివుం డనియె.

—* రాజు తనయునికి దండన విధించుట *—

'గోమునఁ దాఁ గన్న కొడుకును బట్టి
చీమలు దూఱని చీఁకటికాన
సరగునఁ గొనిపోయి సారంగధరుని
జరగ నీయక రెండు జాముల రాత్రి
కాలుసేతులు గోసి కడు శీఘ్రమునను,
బాలునిగుఱుతులు పాటించి తెండు.
వేవేగ పొం' డని వ్రేలియుంగరము
భూవరుఁ డిచ్చినఁ బాగులుచు వారు,
దొరయఁగా యముఁ డంపు దూతలో యనఁగ,
ధర తల్లడిల్ల నాస్థానంబు వెడలి,
కరములలో వంకకత్తులు మెఱయఁ
బరువునఁ బోయి, భూపాలనందనుని
పడుకయింటిని డాసి, పదరుచుఁ గొంద
ఱడలక లోపలి కరుగఁగా; నఁదు
సదమలుఁ డై యున్న సారంగధరునిఁ
గదిసి, దండము వెట్టి, కరములు మొగిచి,
"భూపాలనందన, భూచక్రవర్తి,
రూప విభ్రమ కళా రూఢ సౌందర్య,
మరలక వినవయ్య మావిన్నపంబు

ఘోర ఘోచ్చ నసక యీ ప్రొద్దు మీతండ్రి
తగసన్గఁ గూర్చి చిత్రాంగి మీసందు
తగిసు చెప్పఁ గటన్న; ధర్మజ్ఞు లవుడు,
తప్పు మీ దనిన; నాతర్వాత మమ్ము
రప్పించి, 'నేఁ డర్ధరాత్రంబునందు
[1] సంకేత మొనరించి సారంగధరునిఁ
గొనిక కొత్సేయ గోసరం,' డనుచు,
మను జేసుఁ దండించె మా కేమి బుద్ధి?"
యని యూసవాలుగా నవనీశు చేతి
ఘన నిశ్చయముగ ఘటించరముఁ జూపఁగను;
గనుఁగొని భయ మంది కంపంబు నొంది
చిక్కంబులోఁ బట్టు చిక్కిన రీతి
దిక్కు లారించుచు దీనుఁ డై పలికె:—

—* సారంగధరుండు రాజాజ్ఞను మన్నించుట *—

'తలవరులార, మాతండ్రి మీ కేమి
సెల విచ్చెనో యదే సెల వందుకొనును.
మహిలోన రాజానుమతమె ధర్మంబు
విహిత మగఁగద, యింత వివరింప నేల?
యెంతవారికిఁ గమ్మ తప్పులు మూఁడినను
సైరింపఁగా నేల? చిత్రాంగి కిపుడు
హిత మిలన, మాతండ్రి పాలికి నేను

1. ఘట్టు.

బుడమిపై ధారలు పొర్లాడ సాగెఁ
గనకముకన్నఁ జక్కనిమేనికాంతిఁ
గన మాసి కెంధూళి గప్పిన ట్లుండెఁ.
దరితీపు సేయంగఁ దన ప్రాణమునకు
నెరవు గోఁపక మోము వెలవెలఁబోయెఁ,
భట్టభద్రునికర్మ ఫలమునఁ జేసి
పట్టుదుప్పటి నేలపైని జీరాడెఁ.

—* సారంగధరుం గాంచి పౌరాంగనలు దుఃఖించుట *—

ధరణీశునాజ్ఞచేఁ దలవరు లిట్లు
విరవిర గొని రాజవీథి నేతేర;—
నింతింత చేరువ యిండ్లిండ్లవారు
అంతంత వెఱఁ గంది యురుదెంచి రంతఁ.
బసిబిడ్డ లాదిగా బంధువర్గంబు
మసలక చనుదెంచి, మమత లుప్పొంగఁ,
చేరు దీసిననాఁటి తీర్థంబునలెను
సారంగధరుఁ డున్న చందంబుఁ జూచి,
పొక్కుచుఁ దమలోనఁ బొలఁతు లిట్లనిరి:—
'చక్కనివాఁ డమ్మ సారంగధరుఁడు,
శిశువులతో నైనఁ జేరి మాటాడు,
నశవర్తి పసిబిడ్డవంటివాఁ డమ్మ,
దొరకొమారుఁడ నని దుడు కింత లేదు,
గరువంబు లేనిభూకాంతుఁ డోయమ్మ!

కన్ను[1]లార నమ్మ, నిక్కము పరస్త్రీలఁ
గన్నెత్తి చూడని ఘనుఁడె యోయమ్మ!
అకలంకచిత్తుఁడై యవనిలోఁ బ్రజల
నొకపాటిగాఁ జూచు నుత్తముఁ డమ్మ!
చేరి యిష్టంబుగాఁ జెలిమి గావించు
వారెల్లఁ దనయంతవార నను నమ్మ!
కూరిమిఁ దనసేవకులను గోపించు
నారీతిఁ దగ నెవ్వ నాడఁ డోయమ్మ!
సతులార, యిటువంటి సారంగధరుని
మతి దప్పి రాజవమానించెఁ గాక,
కన్నవారికి మదిఁ గరుణ లేదాయెఁ,
గన్నట్టికడు పెట్లు కని యోర్చె నమ్మ!
కసిగందునకు నేమి గానిప్రాయమున
వసము దప్పిననింద వచ్చె నేఁ జెల్ల!
కటకటా! [2]గోలవు గదర నాయన్న!
మఱుమాయ చిత్రాంగిమాటలే నీకు
విఱిచికట్లాయెఁ! బృథ్వీపతి నిన్ను
నఱుకంగ సెలవీయ నాలు కెట్లాడె!
శాపురే! దైవమా! పగవారి కైన
నీపాటు వలదని యినుమడించుచును,
గన్నవా రెల్లను గటకటా! యనుచుఁ
గన్నీళ్లు గ్రుక్కుచుఁ గస్తి పొందఁగను;—

1. అమ్మ—కన్నులమీఁద ఆన సుమా. 2. తెలియనివాఁడవు.

మఱి యందులో బుద్ధిమంతు లిట్లనిరి.—
'ధరణిలో రాజులు తరుణులయందు
వివశు లై ధర్మంబు విడుతురు గాని,
అవనీశు వెఱ్ఱివాఁ డనఁగ నేమిటికి ?
దశరథరాజును దరుణిమాటలకు
శిశువుల నడవిపా ల్సేయఁడే తొల్లి?
నాతిబుద్ధులు విని నడికానలోన
సీతను గోల్పోఁడె శ్రీరాఘవుండు?
ఆలికై పోరాడి యనుజునిచేత
వాలి చచ్చె నటన్న వార్తయు వినమె?
పొలఁతికోసము వాయుపుత్త్రునిచేత
బలహీనుఁడై సింహబలుఁ డేమి యాయె?
బడఁతిని గొని పోయి పంక్తికంధరుఁడు
రణమునఁ జావఁడే రఘురాముచేత?
అలయహల్యకు నింద్రుఁ డాసించి మున్ను
ఒడ లెల్లఁ గన్నులయున్కిఁ గన్గొనఁడె?
వేలుపు లాదిగా వెనుకటివారు
సిలీల సతుల మోహించిరి గానఁ,
దరుణిమాటలు జవదాఁటక యతఁడు
వరసుతు నఱికింప వదలె ధర్మంబు.
ముల్లోకములయందు మోహాన మునిఁగి
తల్లి నంటె నటన్న తనయుఁడు లేఁడు.
కుటిలకుంతలమాట గుఱిసేయ రాదు;

ఎటువంటిదో జగదీశ్వరుం డెఱుఁగు;'
నన విని కొంద 'ఇట్లన మన కేల?
జనులకుఁ దొల్లింటి జన్మకర్మములు
వెన్నంటి బాధించు వెఱచియు నైన.
నిన్న చెప్పఁగ నేల యితఁడును మున్ను
ధరలోనఁ గొంచెము ధర్మంబు చేసె;
నరులలోపల రాజనామంబుచేతఁ
దనరారె; నేఁడు నీతనికర్మఫలము
ననుభవించుట సిద్ధ.' మని పురజనులు
తలపోయు చుండిరి. ధరణీశ్వరుండు
కొలువు చాలించి పైకొన్న తాపమునఁ
బొదలుచుఁ దనయంతిపురములోపలను
దగు హంసతూలికా తల్పంబునందు
శయనించి యుండె నాజనపాలవరుఁడు.
దయ లేక పుత్త్రుని దండించునట్టి
పుడమినాథుని రోసి పోయె నన్నట్లు
పడమటికొండపై భానుండు గ్రుంకె.
నరపతిపుత్త్రుని నఱుకునచ్చోట
మెఱయురక్తం బన మిన్నెఱ్ఱఁబాఱె.
జను లెల్ల భూపాలచంద్రునిపట్టిఁ
గని యేడ్చుక్రియ నంధకారంబు గప్పెఁ.
బాలములో సిద్ధులు భూపాలసుతునిఁ
బులు కడిగినయట్లు పొడిచెఁ జుక్కలును.

భూపాలపుత్త్రుని భూరిసత్కీర్తి
దీపించు నన సంధ్యదీపముల్ వెలిఁగె.

—* రత్నాంగి రాజును పుత్త్రునిఁ గావు మని వేఁడుట. *—

నావేళ రత్నాంగి యతివలుఁ దాను
భావింప మల్లెలపానుపుపయిని
నింతులు సేవింప నిందీవరాక్షి
సంతోషమున నున్న సమయంబునందు,
సరిఁ బోరి చిత్రాంగి సారంగధరుని
విరియఁ గట్టించిన విధ మెల్లఁ దెలిసి,
యచ్చోట నిలువక యడలుచుఁ జెలులు
వచ్చి పుత్త్రునిచేటువార్త చెప్పినను,
అడలి యారత్నాంగి హా! పుత్త్ర! యనుచు
మడఁతుక మూర్ఛిల్లి మహిమీఁద వ్రాలె.
తెలి వొంది కల గన్న తెఱఁగున లేచి
[1] కలికికన్నుల నీళ్లు కాల్వలై పాఱఁ
గాంత 'తాఁ గన్నచక్కనికొమరునకు
గాంతచే నెక్కడి గడంబు వచ్చె!
నేఁ జెల్ల! నయ్యయో! నెలవంటిసుతుఁడు
రాజతేజోనిధి రత్నాలకుప్ప
కులపావనుండు సద్గుణవిశాలుండు
వెల లేనిమణి లోకవిఖ్యాతమూర్తి

1. అందమైన.

నాపెన్నిధానంబు నాకూర్మిసుతుఁడు!
రాపాడి చిత్రాంగి రాజుతోఁ జెప్పి
కరుణఁ జూడక త్రాళ్లఁ గట్టించె ననఁగఁ
దరియింపలే నమ్మ తనయునిఁ బాసి.
నిలువ శక్యము గాదు నిమిష మిచ్చోటఁ.
బలవించి వేదనపాలు గాలేను.
శుకవాణులార, భాసురముగ, మీరు
సుకృతంబు జనపాలుఁ జూపరే' యనుచు,
నడలుచుఁ బుత్త్రమోహంబున లేచి,
నడువ నేరక యింతి నడు మసియాడ,
ముదిత క్రొమ్ముడి వీడి మూఁపుపైఁ దూఁగఁ,
గదలె రత్నాంగి భూకాంతునికడకుఁ.
గాంతలు దనచుట్టు గ్రమ్ముచు రాఁగఁ,
జింతించి బాపురే! చిత్రాంగి చేతఁ,
బుత్త్రశోకంబున భూపాలుదేవి
ధాత్రీశ్వరుని పాద తలమున వ్రాలె.
నప్పుడు కొలువులో నందఱుఁ జూడ
ముప్పిరి గొనుకోపమునను భూవిభుఁడు
తల నంతఁ దనపాదతలమునఁ ద్రోచి
పలుక కుండిన; ధర్మపత్ని యిట్లనియె.—
'ఏమయ్య రాజేంద్ర, యింతిమాటలకుఁ
దామసంబునఁ బుత్త్రుఁ దండింపఁ దగునె?
పసిబాలుఁ డటువంటిపని చేసె ననఁగ

వసుధలో నవ్వాగే వసుధాతలేంద్ర?
మతకరి చిత్రాంగి మచ్చరంబునను
సుతునిపైఁ గపటంపు సుద్ది గల్పింప,
వనితమాటలు నమ్మి వరగుణోన్నతునిఁ
దనయుని వధియించుతండ్రులు గలరె?
చిన్నిముద్దులబాలు చెలువంబుఁ జూచి
కన్నతండ్రివి యింతకరుణ లేదాయె?
ధర్మాత్ము సారంగధరుఁ డటువంటి
కర్మిష్ఠుఁ గాఁ డయ్య భూకాంత, నీయాన.
కొడుకు సద్గుణశాలి కులదీపకుండు,
విడిపింపు' మనిన భూవిభుఁ డిట్టు లనియెఁ.
'వనిత, యూరక యింత వాపోవ నేల?
తనయుఁ డంటే వాఁడు తనయంతవాఁడు ;
అదరక బెదరక యన్యాయ మనక
చెదరక పాపంబుఁ జేసిన, వాని
తప్పెల్ల దిగనాడి ధర్మాత్ముఁ డనుచుఁ
జెప్పినందులకు నిఁక శిక్షింపవలయు.
చను మింతి, పలుకక చయ్యన నీవు.'
నన విని చిత్రాంగి యప్పు డిట్లనియె.
'మాయందు గయ్యాళిమాటలే కాని
యోయింతి, నీయంతయోపిక లేదు.
వనిత, కాశికిఁ బోయి వచ్చినసుద్ది
వినిపింతు రెవరైన విఖ్యాతిగాను;

గడుసరి మనసులోఁ గపటంబు మాని
నడిమిఱంకులు చెప్పు నాతి యెవర్తె?
అటువలెఁ బసిబాలుఁ డని పలుమాఱు
తటవటమాటలఁ దప్ప నాడెదవు.
వెఱవక నోటిలో వ్రేలు పెట్టినను
గఱవనేరఁడు గదే కాంత, నీసుతుఁడు !
అడ్డపట్టులపాప యవునఁటే ? లేక
గ్రుడ్డులోపలిచిన్నికూస యోయమ్మ !
ఎన్ని నేర్చితి వమ్మ యెలనాగ ! వాఁడు
నిన్నుఁ బట్టినఁ గల్ల నిజము గన్పించు.
ననువు దప్పినమాట లాడంగ రాదు ;
వనిత, నీక్రిందటివారు లే రిచటఁ.
గొడుకుచే భంగంబు కొంత సేయించి
కడమ లోతక్కువ కయ్యంబు సేయ
వచ్చితి వింక నే వాదింపఁజాల.
వచ్చినత్రోవనే పదవమ్మ నీవు.'
అని యిట్లు చిత్రాంగి యాడుమాటలకు
విని మాఱు మాటాడ వెఱచి యాసాధ్వి
తెగువతో మంత్రులదిక్కు చూచినను,
మగువదుఃఖము చూచి మతిమంతుఁ డపుడు
జగజంత చిత్రాంగిచలముమాటలకు
వగచుచు లేచి భూవరున కిట్లనియె,

—* చిలుకను చంపుకొన్న రాజు కథ. *—

" భూపాల, వినుఁపూఁటపూఁటలోఁ గాని
పాపపుణ్యంబుల పర మేఁఋపడదు.
ఎంచి చూచినఁ గార్య మెందైనఁ గాని
మించిన రాదు సుమీ. మదిలోనఁ
గోపించి కా ల్సేయి కోసిన వెనుకఁ
బాపంబుకై చింతపడుదు వోరాజ,
కైదప్పు విను; తొంటికాలంబునందు
వైదర్భమున నొక్క వసుధేశ్వరుండు
ధాత్రిఁ బాలించుచుఁ దనయులు లేక
చిత్రవర్ణపురామచిలుకను బెంచి
గారవించుచుఁ బ్రొద్దు గడపుచు సుతుని
తీరుగా మాటల తీరు నేర్పుచును,
బేరుపేరను వేఱఁ బిలుచుచు నుండు
కారణంబునఁ గొంతకాలంబు చనినఁ,
జిలుకలగుంపులు సీమలోనుండి
వల నొప్ప శృంగారవనికి నేతేరఁ,
దమరాజు నడిగి మొత్తములోనఁ గలసి
యమరేశ్వరద్వీప మాదిభూములను
విహరింప, నం దొక్కచో వింతవృక్షంబు
మహి నొప్ప నమృతంపుమామిడి యనఁగ,
నాపండులను వృద్ధు లారగించినను
బ్రాపించు యౌవనప్రాయంబె యెప్పుడు.

నది చూచి తమతేని కాపంచు నిచ్చి,
ముదిమిఁ బాపెద నంచు మూతిని గఱచి
వదలక చను దేర, వడి నొక్క పాము
గదిసి పక్షిని జూచి కనలుచుఁ బలికె.
'నీపండుకొఱకు నే నిన్నాళ్లదనుకఁ
గాపాడితిని బహుకష్టాల కోర్చి;
1 ఉప్పిఁడియుపవాస మున్న నాయాస
తప్పించి కొని పోవ ధర్మంబు గాదు;
ఇ' మ్మని పలికిన, నెగసి యా చిలుక
సమ్మతంబుగ రాజసదనంబు చేరి
పుడమిఱేనికిఁ బండు పొడచూపి తాను
గడు భక్తి నిచ్చి యా క్రమముఁ దెల్పినను,
సంతోషమునఁ బొంగి జనపాలవరుఁడు
సంతసించుచుఁ గూర్మిసతికి ని ట్లనియె:
'విను మీఫలంబున విభవ మె ట్లనినఁ
దనకు మాత్రమె చక్కఁదనము సిద్ధించు.
క్షేమంబుకో నిది చెట్టు వేయింప
నామ్రానిపండుల నవనిలో నెల్ల
వణఁకెడు వృద్ధులు వయసువా రైన
గణుతింప లోకోపకార మానట్లు
చేసెద.' నని విత్తు చెట్టు వేయించి
వాసిగాఁ దోఁటలోఁ బరికించు చుండె.

1. ఉప్పులేని.

పంపునకై చిలుకతోఁ బలికినపాము
మండలేశ్వరునికోట మఱుఁగున నుండె.
మఱికొన్ని యేండ్లఁ గామామిడిచెట్టు
పెఱిఁగి విగాఁ గొమ్మలు విఱ్ఱవీఁగుచును
గర మొప్పఁగాఁ బూచి కాయలు గాచి
పరిపక్వమై ప్రాలి పడె నొక్కపండు.
మునుపు గాచినపాము మురియుచు వచ్చి
ఘన మైనయాపండుఁ గసికాట్లు చేసి
యాడుచు మునుపటి యవిధి పోనాడి
కోపపామై యాడుకొను చుండె. నంత,
వనముకావలివాఁడు వచ్చి యాపండుఁ
గని కొనిపోయి భూకాంతున కొసఁగఁ,
బరికించి తనసాటిబంధువుల్ దాను
మురియుచు, నన కిది మొదటిలాభంబు
వరుస ముందుగ విప్రవరుల కర్పించి
తరువాతఁ దా గొనఁ దగుఁగాక యనుచు,
రాజపురోహితు రప్పించి ప్రొక్కి
పూజించి యాపండు పుచ్చుకొ మ్మనిన;
విషము నిండినపండు విప్రుండు గుడిచి
విష మెక్కి మూర్ఛిల్లి విడిచెఁ బ్రాణములు.
బహుజనం బది యేమి పాపమో యనిన
మహిపతి విప్రుదుర్మరణంబుఁ జూచి
యధిక మానగ బ్రహ్మహత్యకు వెఱచి

విధిని దూఱుచు ఘోరవిషమునఁ జిలుక
తనుఁ జంప నూహించె; దైవయోగమునఁ
దనచావు దప్పి పాతకము సిద్ధించె;
'నిది చిల్క యనఁగరా దిప్పుడే దీని
సదమదంబుగఁ గొట్టి చంపెద.' ననుచు;
జలమున రత్నపంజరముఁ దెప్పించి
బలుదామసంబునఁ బండ్లు దీడుచును
నెనసి పక్షులఁ జంపు నెఱుకుచందమునఁ
గసి దీఱఁ దనవామకరమునఁ బట్టి
పాపకర్మంబులు పరికింప లేక
వాపోవఁగాఁ జంపె వసుధేశ్వరుండు.
అను వ్రెందఁగా నుండు నాపట్టణమున
ఘన మైనసాని భోగము తిమ్మసాని
యేపారి తనసాటి యింతులలోన
రూపరేఖలయందు రూఢిగా బ్రతికి
వయసెల్లఁ దిగజాఱె వఱడుచందమున
భయపెట్టు పెంపుడు పడుచులతోడఁ
గలహించి కొన్ని వెక్కసము లాడినను
బలవంతమున దానిపైఁ బడి కొట్టి
విరసతతో నిల్లు వెళ్లిపొ మ్మనినఁ
బోరుగిల్లు చేరి వాపోవంగఁ దొడఁగె.
'నుడివోని ప్రాయాన నూటఁబదార్లు
గడియించి యౌవనకాలంబునందుఁ

బ్రోదిగా జగ మెల్లఁ బొగడినవోళ్ల
గాదు కా దనిపించుఁగా దైవమహిమ!
మంగళప్రద మయినమల్లెపూ లమ్ము
నంగడిఁ గట్టెల నమ్మించె; వయసు
దిగిపోయి పల్లిక దేబెరూపమున
వగ మాలి బ్రతికి యెవ్వరి నుద్ధరింప?
విషపుమామిడిపండు విందుగాఁ, గుడిచి
విషమునఁ బ్రాణంబు విడిచెద' ననుచు,
సరిప్రొద్దురాతిరి సదనంబు వెడలి
దారఁగొని మూల్గుచుఁ దోఁటలోఁ జొచ్చి
రాసిగా నేలపై రాలినపండు
వాసిగా నొక్కటి వడిఁ దిన్న యంత,
నామాని క్రిందనే యాశ్చర్యముగను
భామ పంద్రెండేండ్ల బాల యై నిలిచె.
నాడుచుఁ బాడుచు నచ్చోటు వాసి
వేడుకతోఁ బురవీథి కేతేర;
జను లెల్లఁ జూచి యాశ్చర్యంబు నొంది
జనపాలుతోఁ జెప్ప; సంశయంబునను
దలవర్ల నంపించి దాని రావించి
తెలియఁగఁ జూచి సందేహంబు దీఱఁ,
బరిచారకునిచేతఁ బండ్లు దెప్పించి
పరులు చూడఁగ మంత్రివరులకు నిచ్చె.
నవి పుచ్చుకొన్నవా రంద ఱచ్చోట

నవమోహనాంగు లై నటియించి రెలమి.
శతవృద్ధు లప్పు డసంఖ్యంబుగాను
నతిరూపవంతు లై రంత, భూవిభుఁడు
చిలుక చేసినమేలు చిత్తంబులోనఁ
దలపోసి బుధుఁ డను తనమంత్రివరునిఁ
జేఁజేతఁ బట్టాభిషేకంబు చేసి,
భూజనపాలుండు బుద్ధిలోపలను
కన్నపుత్త్రునిమాఱుగాఁ బెంచినట్టి
చిన్నిముద్దులరామచిలుకను దలఁచి,
తనుఁ దానె తలపోసి తనువుఁ దా రోసి
కనలుచు నిజఖడ్గ ఘాతంబుచేతఁ
జచ్చె భూపాలుఁడు; సతి యింతలోనఁ
జి చ్చురికి దివంబు చేరెరి. గానఁ
జిలుకసామ్యంబుగాఁ జేయకు" మనుచుఁ,
బలికిన మతిమంతు పలుకు లన్నియును
జెవిటిముందర సంకు చెవి నూఁదినట్లు
విన కున్న రత్నాంగి విభున కిట్లనియె
'పుడమిని, మాకు నీభోగంబు చాలు;
నడవులలో నాకు నలములఁ దెచ్చి
కుడిచి యుండెద మయ్య కువలయాధీశ,
తడయక నిడిపింపు, దయ విచారింపు.
విరసత చాలించి వెసఁ దప్పఁ గాచి
నరనాథ, పుత్త్రిదానము చేయు' మనుచుఁ

బలిపాదములకు సద్భక్తితో మ్రొక్కి
బలిమాలు చున్న భూపాలుఁ డి ట్లనియె:
'వామాక్షి, యోదుష్టవర్తనుఁ గావ
నామీఁదియాన నీనయములు మాను.
నెలఁత, నాముందట నిలిచి మాటాడ
నలదు పొ' మ్మనఁగ నావనిత శోకించి

—* రత్నాంగి కొడుకుకై విలపించుట. *—

'కలి పోవఁగను నుట్టి గనుఁగొన్న నేమి
ఫల మిచ్చుఁ దన వ్రాఁత ఫలమె యిం' తనుచు,
నాస నెట్టెసఁ దనయాసయు విడిచి
మానిని యాస్థాన మంటపం బెడలి,
పిన్న పెద్దలఁ గని ప్రియముతో మ్రొక్కి
'వన్నె వాసిగ ధర్మవర్తనలందు
మతిమంతులైనట్టి మాయన్నలార,
అతిభక్తి నామొఱ యాలింపరయ్య;
తులువ చిత్రాంగిమందులు తల కెక్కి
నలి రేఁగి భూపతి నామాట వినక
దయశాలి సారంగధరుని నాసుతుని
దయ లేక చంపింపఁ దలఁచియున్నాఁడు.
మీ రైన నొకమాట మేదినీశ్వరునిఁ
జేరి విజ్ఞాపన చేయ రోయయ్య.'
అని వాడవాడల యమ్మలక్కలను

గనుఁగొని కన్నీళ్లు గాఱ నేడ్చుచును
జేతులు పిసుకుచుఁ 'జెల్లఁబో! తల్లి!
నాతనయుం డేడ నాముద్దులన్న
యెక్కడ నున్నవాఁ? డేఁడి యేఁడనుచుఁ,
ద్రొక్కట లాడుచుఁ ద్రోయంగ రాక
కప్పియుండినప్రజఁ గడకు బోఁ దోలి
తప్పక రత్నాంగి తనయునిఁ జూచి
గుప్పుగుప్పున ఱొమ్ము గ్రుద్దుకొం చింతి,
కొ పువ్వాడి వెంద్రుకల్ కొట్టుమిట్టాడఁ
బావనుం డగుపుత్త్రుపై మోహమునను
నావు లేఁగను గూడి యలముకొన్నట్టు
పెడ ఱెక్కలుగఁ ద్రాళ్లఁ బిగఁ గట్టి యున్న
కొడుకుమీఁదను బడి కొమ్మ మూర్ఛిల్లె.
నేలలు దడవుచు నిలిచి యాకాంత
వాలుఁగన్నుల నీళ్లు వఱదలై పాఱఁ
గొడు కున్నచందంబుఁ గుములుచుఁ జూచి
మిడుకుచు మోమెత్తి మెలఁత యిట్లనియె.
'గోమున నిన్నాళ్లు కొడు కని పెంచి
కోమలికిని బారి గోరి యీనాయె.
వగ మించు మల్లెపూవంటి రుమాలు
సిగ యూడి వెంద్రుకల్ చిందాయె నఁటర!
కరముల పచ్చల కడియాలఁ దీసి
కరము ముప్పిరిత్రాటి కట్టాయె నఁటర!

పరిమళగంధానఁ బస మించుమేను
పురములోపలిమన్ను పూఁ తాయె నఁటర !
సడపంగఁ బావాల నడచుపాదములు
పడ సీడ్వఁగాఁ దొట్రు పాటాయె నఁటర !
పున్నమచంద్రునిఁ బోలునీమోము
చిన్నఁబోయి యొకింత సిరి దప్పె నఁటర !
పాలువెన్నలు ద్రావి బాగుగాఁ బెరిఁగి
బాలప్రాయము నేలపా లాయె నఁటర !
కన్న పెంచినవారు కలరు లోకమున,
నెన్నంగ నిట్టిపా పెవరికి లేదు;
పుడమి నిష్ఫల మైన బూరుగురీతి
కొడుక, నే నినుఁ గని గొడ్రాల నయితిఁ.
బుట్టినప్పుడు నిన్ను భూసురు లెల్లఁ
బట్టభద్రుం డని పలికిరి గాని,
ముందర నీడేరి మొనకు రా వనుచు
నెందుకోసము నిర్ణయింపలే రైరి ?
చందురుఁ డుదయించుచందాన నిన్నుఁ
గందు, నిం కెవ్వరిఁ గనుఁగొందు నయ్యా ?
తనయ, నీకును దృష్టి తాఁకునో యనుచుఁ
గను విచ్చి నినుఁ దేటగాఁ జూడ నయ్యె;
నంతగా నినుఁ బెంచి యపరాత్రివేళఁ
గాంతకోసము నిన్ను ఖండింపనయ్యె.
బడిబడిఁ దేజీలు పల్లకీ లెక్కి—

పుడమిలో నీసరి భూపతుల్ గొలువఁ
జూడఁ జోద్యంబుగా సుతుఁడ, నీరాక
వేడుక లేదాయె వెత చూడనాయె!
గట్టిగాఁ బేదల గర్భంబునందుఁ
బుట్టక నా కేల పుట్టితి గోల!
యెండక న్నెఱుఁగక యేప్రొద్దు నన్ను
నండఁ బాయనివాఁడ వయ్యయో! నేఁడు
ఇంతియింటికిఁ బోయి యే మంటి వన్న?
కాంత నీపినతల్లి గాదె చిత్రాంగి?
నే నేమి యా మేమి? నీకు నాతండ్రి,
మానిని చూడ నా మాఱు గా దఁటర?
నీనయమార్గముల్ నీసద్గుణములు
[1] సానుజుల నుతింప నాయన్న నిన్నుఁ
గొండగా భావించుకొని మతిలోన
దండిగా నుందు, దుర్దశ వచ్చు టెఱుఁగ!'
నని యిట్లు రత్నాంగి యంగ లార్పఁగను,
గనుఁగొని కన్నీళ్లు కరములఁ దుడిచి
జగ మెల్ల వినుతింప సారంగధరుఁడు
తగవు దప్పక మ్రొక్కి తల్లి కిట్లనియె:

—* సారంగధరుఁడు తల్లి నోదార్చుట *—

“ విన వమ్మ, ధర్మంబు విడువ లే దమ్మ.
వనిత చిత్రాంగి నీ వలె ననుకొంటిఁ

1. సామెతలుగా.

బిసతల్లి యనుచు సంప్రీతి మ్రొక్కినను
బెనఁగ రమ్మన నేను విడిచి వచ్చితిని.
కలలోన వాక్కాయకర్మంబులందు
నెలనాఁగ నేఁ దప్పు, నేపాప మెఱుఁగ.
నిందఁ బొందితిఁ గల్ల నిజ మైనపనికి
నిందమ్మకై వగ పేల నీశ్వరుం డెఱుఁగుఁ.
గోమలి చిత్రాంగిగుణ మెంచ నేల?
భూమీశ్వరునిఁ దూలఁ బోనాడ నేల?
తనువు నిత్యము గాదు తల్లిరో, వినుము
తనప్రాఁతఫల మింతె. తలఁప కోయమ్మ.
ముదిత, నీ విటు కన్న మోహంబుచేత
వదలక ననుఁ జూడ వచ్చితి విటకు,
వాసి కెక్కినరాణివాసంబు విడిచి
ఓ సుందరాంగి, రా నొప్ప దోయమ్మ.
వనజాక్షి, పోవమ్మ వసుధేశుఁ గూడి
మని యుండ వమ్మ, నామనవిఁ జేకొమ్మ.
చెలికాండ్ర నావలెఁ జేపట్టు మమ్మ,
చెలిమితో నుండుము చిత్రాంగిఁ గూడి.
వగ పేల మృతు లైనవారు రా రమ్మ.
మగువ నాపైఁ గూర్మి మానుమా యమ్మ."
అని యిట్లు పల్కుచు నస్రము లొల్కుచును
గనుగవ దడుపుచుఁ గరము కేల్మోడిచి
మ్రొక్కిన, రత్నాంగి మోహంపుసుతుని

నక్కున వదలక నడలుచుఁ బలికెః
‘ అన్న, నీవంటి నెయ్యపునందనుండు
ఎన్నంగ జగతిలో నెవరికిఁ గలఁడు?
ధరలోన సారంగధరుఁడ, నీవంటి
నరపాలతనయు లెందఱు లేరు వెదకఁ.
జక్కఁదనమ్మున సరసత స్థితిఁ
జక్కనినాతండ్రి సరి నీకుఁ గలరె?
నినుఁ బాయలేనురా నీవెంట నేను
జనుదెంతు భోగంబు చాలు. నాబ్రతుకు
అడవిఁ గాచినవెన్నె లాయె. నే నింక
నెడఁబాయ లే' నని యింతి రత్నాంగి
పలవించి పలవించి, పట్టీ, యటంచుఁ
బలికి బెగ్గిలి నేలఁ బడి పొరలాడి
తెలి వొంది కాంతల దిక్కునఁ జూచి
పొలపొలఁ బొక్కుచుఁ బుత్త్రినిఁ జూచి,
‘ ఏది సత్యము? దైవ మేఁడి’ యం చలుకుఁ.
బోదునా యని చూచుఁ బోలేక నిలుచుఁ,
‘ గొడుక, నిన్నిఁకను గన్గొనఁ గదా’ యనుచుఁ
గడుఁ బుత్త్రిమోహానఁ గౌఁగిటఁ జేర్చి
గుడిగుడి కన్నీళ్లు గ్రుక్కుచుఁ గాంత
వడిఁ లేచి యాతలవరుల కొప్పించి
ఘొ మ్మెత్తి బి ట్టేడ్వ, మొగిసి లాలించి

—* దాదులు రత్నాంగిని బోధించుట *—

వామాక్షి యీరీతి వాపోవఁగాను,
దాదులు వడలుచు దగ్గఱఁ జేరి,
బోధింప నంతటఁ బ్రొద్దు జామాయె.
వనిత యిక్కడ నున్న వార్త తా విన్న
మనుజనాథునిచేత మనకు మోసంబు.
ఇంతయు నెఱుఁగక యింతియు మనము
సంతలోపల నింత జాగు చేయునది
కార్యంబు గా దని కాంత లాదఱును
స్థైర్యంబు దెలుపుచుఁ దరుణి కిట్లనిరి.
అడలకు ముస్తు రత్నాంగి దేవమ్మ
మొదలు వాసెనపూఁద నెవరి కెవ్వారు?
ఎంత చింతించిన నేమిఫలంబు?
కాంతరో, మించినకార్యంబు రాదు.
సత్య మెవ్వరి కైన సతమౌను గాని
నిత్యమా దేహంబు? నీటిపైబుగ్గ.
నిర్దయుఁ డన నేల నీప్రాణవిభుని?
అల్పాయు వగుపింప మాయె నీకొడుకు.
పుట్టినదే కల్ల పుత్త్రుఁడిను నీకుఁ,
జెట్టునఁ గసుగాయ చెడిపోదఁటమ్మ?
పుట్టుట గిట్టుట పుడమి జీవులకు
కట్టడ, యిది వట్టికపటనాటకము.
భావింప సుఖదుఃఖ ఫలములు రెండు

కావడికుండలు గావఁటే తల్లి?
వినుమమ్మ, చీఁకటి వెన్నెల సమము
అను వొంద సంసార మని విన లేదె?
యోడలు బండ్ల బండ్లోడల వచ్చు
వేడుక కొన్నాళ్లు వెతలు కొన్నాళ్లు.
పుడమిలో మనుజులై పుట్టినవారు
చెడకయే బ్రతుకరు, చెట్టాకురీతి
వెనుకముందటివారి వెత, లింతె కాని
మన మెంత? యిది వట్టిమాయ లే యమ్మ.
నిను నీవె దెలిసికో నీరజగంధి
మునుపటి మనతాత ముత్తాత లేరి?
నేఁడేమొ రేపేమొ, నిత్యమా మనము?
వాడలో శోకింప వలదు లె' మ్మనుచుఁ
బదవమ్మ యని లేవ బలవంతముగను
బోది గూడి కాంతలు బుజ్జగించుచును,
నడవఁ, గాళ్లాడక నలిఁ బడి యింతి
కొడుకుపై మోహానఁ గుములుచు రాఁగ;
మగిడి చూడక పట్టి మగువఁ దోడ్కొనుచు
నగరికిఁ దెచ్చిన; నందనుగుణము
తలఁచుచుఁ దలఁచుచుఁ దనగృహంబునను
నెలుఁగెత్తి రత్నాంగి యేడ్చుచు నుండె.

—* తలవరులు రాకొమరు నడవికిం గొనిపోవుట *—

అంతట 'బామాయె' నని తలవరులు

పంతంబుతో రాచపట్టిఁ దోడ్కొనుచుఁ
గదలిపోయిరి. పురకాంత లందఱును
మదిఁ గుందుచును ‘సుకుమారుని నేఁడు
తెగఁజూచి తయ్యయో! దేవుఁడా!’ యనుచుఁ
బొగులుచుఁ బోడి విచ్చి పోయి రందఱును.
నడిజామురాతిరి నగరంబు వెడలి
యడలు చేతెంచి రయ్యంధకారమునఁ.
జందన ఖర్జూర జంబు జంబీర
మందార శాల్మలి మహిషాక్షతరులు
మద్ది పాల కొడిసె మారేడు వెలఁగ
బొద్ది పాపర జమ్మి పులుగుడు మేడి
పొడపత్రి తంగేడు భూతాంకుశంబు
కడిమి చింతయు వేము కలిగొట్టు గార
యరఁటి కొమ్మరఁటియు నల్లనేరేడు
కరకయు మునగయుఁ గానుగు తాడి
మలజువ్వియును నెమ్మి మామిడి జీడి
బలురక్కసియు రేఁగు పాలగోరంట
మోదుగు కలజువ్వి మొగలి సంపెంగ
గేదంగియును నారికేడము పారిజము
దేవదారువు కల్వ దేవకాంచనము
వావిరి నేల ముష్వంచు పంచాది
బొటుకురు నుసిరిక పోఁక నారంజి
కటుకురు గుమ్మడి కస్తూరి తుమ్మ

చిఱుపాల బూరుగు చిల్ల చెన్నంగి
కుఱుముష్టియును గొండగోఁగు వాకలివె
బలుసు ముల్మోదుగు పచ్చారె యారె
వలిచంద్ర ములుచంద్ర వాడగన్నేరు
నలదుమ్మ పొగడ పున్నాగవృక్షములు
గలిగిన చీఁకటి కానలోపలను,
గొబ్బునఁ జెట్లెక్కి గూబలు గూయ,
గబ్బిలంబులు లేఁతకారాకు మేయ,
తీతువపిట్టలు తెవ్వలుగాఁ గూయఁ,
గోఁతులు బెదరి వాల్గొమ్మలు ద్రొక్క,
మండ్రాటముగ నిఱ్ఱిమాంసంబు మెసవి
గాండ్రపెట్టెడు పెద్దగండుమెకాలు,
గరువుసేలలఁ దుంగగడ్డలు ద్రవ్వి
గురుగురు మను పందిగున్నలబార్లు,
చెడఁద్రవ్వి పుట్టలఁ జెద లంటఁ బీల్చి
యెడ బొమ్మ లిడుకొండ యెలుఁగుమొత్తములు,
కరులతుండములతోఁ గదిసి పోరాడి
విఱిసి ఘీంకృతులతో వెన్నాడుకరులు,
గురుశిలామయ మగు కోనలోపలను
వెరవునఁ జొచ్చిరి వేగంబె వారు.

—* తలవరులు రాసుతుని కాలుసేతులు నఱుకుట *—

వయినంబుగా నట వనమెల్లఁ గాలి
బయలైనయొక పెద్ద బండపై నెక్కి

వెతకుఁ జాలక నడ్చి నేసారి యలసి
చతికిలఁబడి యున్న సారంగధరునిఁ
గనుఁగొని 'మృదువైనకరములు కాళ్లు
[1] గనియలుగాఁ ద్రుంపఁ గరము లెట్లాడుఁ!
జిగురుటాకులవంటి చేతులుఁ గాళ్లు!
తెగ దయ మాలి ఛేదింప లే' మనుచుఁ
దలవరు లప్పు డాతనిఁ గోయలేక
తలఁకుచుఁ దమలోనఁ దలపోయు చుండ;
విని, రాజతనయుండు విఖ్యాతి వెలయఁ
దనలోన సత్యంబు దప్పక పలికె.—
'స్థిరవిక్రములార, వినుఁడు నామాట;
యీరీతిఁ జింతింప నేటికి? మిమ్ముఁ
బెంపుగ ననుఁ బట్టి తెగవ్రేయ రాజు
పంపఁగా వచ్చినపని యిది గాని,
మిగుల ధర్మము దప్పి మీరు నామీఁదఁ
బగ గల్గి వచ్చిన పని యేమొ గాదు.
కల్ల మోపినధరాకాంతుఁ డుండఁగను
దల్లి కుండనిదయ దాది కేమిటికి?
కొతుకక పొట్టకై కొలిచినబంట్లు
పతియాజ్ఞ మీఱినఁ బాపంబు గాదె?
చేఁజేతఁ బతి మీకుఁ జెప్పినయట్లు
కాఁ జేసి పొం' డని, కందర్పజనకు-

1. ఖండములు.

పాపసంహారుని - పద్మలోచనుని -
శ్రీపాదపద్మముల్ చిత్తమం దుంచి
మన సొక్కటిగఁ జేసి మమతలు కోసి
మునుకొని హరిమంత్రమూల మూహించి
కాయంబు కడఁజేసి కన్నులు మూసి
యాయత్తపడి యుండె నారాజసుతుఁడు.
ఆసమయంబున నవనీశుబంట్లు
కాసెలు బిగఁ గట్టి ఖడ్గముల్ పట్టి,
యాకాశవాణికి నవని కాంతకును
[1] దాకొని చేయెత్తి దండముల్ పెట్టి,
చిఱుగత్తియును బాఁకుఁ జేకత్తి సాదిది
నోఱు దూసి జళిపించి యొడిసి చేఁ బట్టి,
చెఱకు కోసినయట్లు చేతులు కాళ్లు
నఱకిన నచ్చటి నరములయందుఁ
దీపు లెత్తగఁ దెగఁ దీసినయపుడె
వాపోవ నెత్తురు వఱద లై పాఱెఁ.
జాఁపకైవడిఁ బోర్లి సారంగధరుఁడు
ఆపద కోర్వక 'హా! మాత!' యనుచుఁ,
గీలు వీడినబొమ్మక్రియఁ దల్లడిల్లి
బాలుండు ధరణిపైఁ బడి సొమ్మసిల్లె.
గట్టిగాఁ దమచేతఁ గత్తులఁ బట్టి
చుట్టుకొని తలార్లు చూచి భీతిల్లి

1. సమీపించి.

తెలిసి యెవ్వరి నేమి తిట్టునో యనుచుఁ
బొలసి వృక్షము చెంతఁ బొంచుండి రంత.
నారీతి మూర్ఛిల్లి యవనీశసుతుఁడు
ధారుణిపై రక్తధారలు గాఱఁ
గలవరపడి పొర్లి కన్నులు దెఱచి
తలవర్లఁ గానక తల్లడించుచును
గడగడ వణఁకుచుఁ గనుఁ దేలవేసి
వడి చెడి యేడ్చుచు వాపోవఁ దొడఁగె.—

—* సారంగధరుఁడు నొప్పిచే విలపించుట *—

‘ అలమట కోప, నెం దరిగితి రోరి
తలవరులార, నాతల ద్రుంచి పోరె!
పస లేదు మిన్నక ప్రాణము లోప్వు!
వసుధ భూతములార వధియించి పోరె!
మొంటె మై రక్తాన మునిఁగి యున్నాఁడ!
దండైన బేతాళతతులార, రారె!
చంపక తలవరుల్ చనిరి; మీరైనఁ
జంపి పో బ్రహ్మరాక్షసులార, రారె!
తఱి మేర లేనిబాధకుఁ దాళఁజాల!
కొఱవిభూతములార, కొంపోరె మీరు!
ఈపట్ల నామొ ఱాలించితి రేని
యాపద బాంధవు లనవచ్చు మిమ్ముఁ.
గోరి వేఁడెద వచ్చి కొంపోరె?’ యనుచు
సారెకుఁ దలఁచి వేసారి యి ట్లనియె.—

'జనపాలుఁ డయ్యయో చన ధర్మ ముడిగి
తనయులదిండి పాతకపుఁజిత్రాంగి
చాఁడి చెప్పినమాట సతముగా నమ్మి
నేఁడు నాసత్యంబు నీఱు గావించె!
'విని తల్లి 'యే మాను వెన' నంచుఁ గుందు;
'మనుజనాథుఁ డధర్మమునకు లోఁగి
మాయలచిత్రాంగి మాటమాత్రమునఁ
గోయించెఁ గా!' యని కొంతసే పేడ్చు.
'రమణులచిత్తంబు రాజుబుద్ధియును
సమర నొక్కటి గదా!' యని తల యూఁచుఁ.
దనకాళ్లు చేతు లందంద వీక్షించి
తనకు వచ్చినకష్ట దశకుఁ జింతించి
'తొలుమేనఁ జేసిన దోషంబు నేఁడు
అలయింప సమకూడె' నని మది నెంచు
'విపరీతముగను నీవిశ్వంబులోను
అపకీర్తి వచ్చెరా' యనుచు లజ్జించుఁ.
'బొలఁతియింటికిఁ బోకు పోకు' మటన్న
తెలివి సుబుద్ధిబుద్ధికి సంతసించు.
'వావి దప్పిన నింద వచ్చెనా!' యనును,
దేవదేవుని విష్ణుదేవుని దూఱుఁ.
'పగదెంచి యాఁకాశవాణి యీకార్య
మగును గా దని పల్కదయ్యె హా!' యనును.
నిటువలెఁ బల్కుచు 'నీశరీరంబు

నెటువలెఁ బోవునో యే మందు!' ననును,
జింతించి నీసేవఁ జేసినందులకు
నింతగాఁ జేసితి వీశ్వరా!' యనుచు,
ధ్యానింప నొకమహాధ్వని పథంబునను
వానికి నాకాశ వాణి యి ట్లనియె:—

—* ఆకాశవాణి *—

అడలకు నాతండ్రి, యాపద లెల్లఁ
గడ ముట్టె; నీపూర్వ కర్మ మంతయును,
మునుపుఁ జేసినకర్మమూలంబుకొలఁది
యనుభవింపక తీఱ దజునకు నైన.
వినవయ్య నీపూర్వవృత్తాంత మెల్ల,
సనఘాత్మ చెప్పెద నాలించి వినుము.
అవనిపైఁ గౌశాంబి యనుపురం బేలు
ధవళచంద్రుం డను ధరణీశ్వరునకు
మనసు రాఁ దిరిగెడు మంత్రు లిద్దఱును
ననఁగ సుమంత జయంతులు గలరు.
అష్టభోగంబుల ననుభవించుచును
నిష్టంబుగా నుండు. రిద్దఱిలోన
మతిమంతుఁ డనుచు సుమంతుని మెచ్చి
యతనికిఁ దనయంత యధికార మిచ్చె.
నందుల కోర్వక యలజయంతుండు
తందర గైకొని తనసాటివాని
కలిమి సహింపక కపటకార్యంబు

తలపోసి నగరిలో దాసిని నొకతెఁ
బిలిచి పిమ్మట గద్దెపీటఁ బెట్టించి
వలసినధన మిచ్చి వనిత కి ట్లనియె.
'ఇంతి, నీ కొకమాట యెఱుఁగఁ జెప్పెదను;
వింతగాఁ జూడక వినుము నామాట.
మనసులో నుంపు సుమంతునిఁ జాల
జనపతి మన్నింపఁ, జలమున వాఁడు
బలియుఁడై నిక్కి భూపాలునియంత
కలిమిచేతను గన్ను గానకున్నాఁడు.
వానిగర్వము మాన్పవలయు; నీచేతఁ
గాని యెవ్వరిచేతఁ గా. దెట్టు లనిన,
వనిత, సుమంతుపావలు గొనిపోయి
మనుజేశునిల్లాలిమంచంబుక్రింద
మఱుఁగున నుంపుమీ మర్మ మింతైనఁ
బరుల కేమియు నగపడ కుండవలయుఁ.
దడయక పొమ్మనఁ దల యూఁచి లేచి
విడె మంది తనయిల్లు వేగంబె చేరి
మఱియొకనాఁడు సుమంతుపావలను
మఱిపించి కొని రాజు మంచంబుక్రింద
మాటుగా నుంచి యా మాయగయ్యాళి
తాటోటు నేరనిదానియ ట్లుండె.
ధవళచంద్రుండు వింతగ నాఁటిరాత్రి
భువనసుందరిఁ గూడి భోగంబుచేత

జాగు చేయుచు రెండుజాములదాఁక
వేగించి నిద్రించి వేగ మేల్కాంచి
విడియంబు నమియంగ వెలుపలి తమ్మ
పడిగకై తల వంచి పావలఁ జూచి
'యెలనాగ, పాదుక లెవ్వరి?' వనినఁ
దల వంచి భువనసుందరి భయ మంది
చెలఁగిన యుత్తర మేమి చెప్పలేకుండ
సలుపుచుఁ బా నుండ నటఁ దెల్లవాఱె.
సంతత భూపాలుఁ డతివను రోసి
యంతఃపురము వెళ్లి యధికరోషమున
భానంబు మెఱయ రేపకడఁ గొల్వుండి
పావలు సేవకుఁ బంపి తెప్పించి
యవి చూపి సభవారి నందఱఁ జూచి
ఎవనిపాదుక లివి యెఱిఁగింపుఁ డనినఁ,
బ్రియ మైనయారాజు పెద్దతలారి
దయ లేక చే యెత్తి దండంబుఁ బెట్టి
'విన్నవించెద రాజ, వినరయ్య మీరు
మన్నించిన సుమంత మంత్రివి గాని
వసుధేశ, మఱియు నెవ్వరివి గా;' వనిన;
మసలుచు నొద్దసుమంతునిఁ జూచి
'యోరి పాపాత్మ, యీయుర్వికి నిన్ను
గారాబమున భారకర్తఁను జేసి
పాయని సకల సౌభాగ్యంబునందు

నాయంతగాఁ జేసి నగరిలోపలికి
నరలేక రానిచ్చి నందుకై మేలు
సరిఁ జేసితివి! యింతె చాలు రా మాకు.
నినుఁ జూడ దోసంబు నీచాత్మ,' యనినఁ
దనమీఁద లేనినిందకు సుమంతుండు
అయితి గానక ప్రాణహానిరా యనుచు
భయమున లోఁగి భూపాలునిదిక్కు-
క న్నెత్తి చూడక కలదు లే దనక
యున్నఁ; బెద్దలఁ జూచి యుర్వీశుఁ డనియె:—
'వాసి కెక్కినరాణివాసద్రోహంబు
చేసినమనుజుల శిక్షించువిధము
తెలుపుఁ' డం చనఁగను ధీమంతు లపుడు
పలికిరి:—'యటువంటి పాపవర్తనుని
సిరి చెడ నడిరేయిఁ జేతులుఁ గాళ్లుఁ
తఱిగింపనగు' నన్నఁ; దలవర్ల నపుడు
పిలిపించి తప్పు మోపినతామసమున
సెల విచ్చి కాల్సేయి ఛేదింపుఁ డనిన;
నావేళఁ గొనిపోయి యడవిలోపలను
గావక చలపట్టి కాళ్లుసేతులును
దఱిగి రంతటఁ బ్రాణి తల్లడంబునను
నెఱిపడి మూల్గుచు 'నేఁడు న న్నిట్లు
చెడఁ జూచి కపటంబు చేసినవాఁడు
పడుచుఁ బ్రాయంబునఁ బ్రజలు చూడంగ

నావలెఁ గష్టించు నరహరీ !' యనుచు
జీవంబు విడిచె నోక్షితిపాలతనయ.
ధర సుమంతుండు మీ తండ్రి యై పుట్టె,
నరసి చూడఁగ సజ్జయంతుండ వీవు,
దాసియే చిత్రాంగి ధరణీశుభార్య,
యాసుందరాంగి రత్నాంగి మీతల్లి,
జనియించితిరి. తొంటి జన్మకర్మంబు
లనుభవం బాయెను హరిహరు లెఱుఁగఁ.
గాఁబట్టి యిది పూర్వకర్మమే కాని
చేఁ బట్టి యిపుడు చేసినయది కాదు.
విను ముందుఁ జేసినవిధ మెల్ల నిప్పు
డనుభవింతురు గాని యది వృథ పోదు.
మనుజేశనందనా, మఱి యిఁకమీఁదఁ
గనుఁగొను, మొక మేలు కలుగు. నామాట
మది నుంపు.—మని చెప్పి మనసులోఁ జింత
వదలించి యాకాశవాణి చాలించె.
మఱుఁగునఁ బొంచున్న మహిపతిభటులు
పరఁగ నాకాశంబు పలికినవిధము
విని, యింతపని చేసె వెలఁది! యటంచు
మనముఁ దోఁపకపోయె, మహిపాలుఁ డేమి
తెలియక సెల విచ్చెఁ, దెగి దాఁపలేక
యలమటింపక తెగ నాజ్ఞ వెట్టితిమి.
అక్కటా! యిది యెంతయన్యాయ ! మనుచు

వెక్కసపాటున విధిని దిట్టుచును,
నరపతి దూషించి నాతి నిందించి,
పురమార్గమున వారు పోయి. రాప్రొద్దు

—* మీననాథుఁడు సారంగధరుని రక్షించుట *—

బహుళాష్టమీరాత్రి పక్షంబునందు
విహత మై చీఁకటి వెలవెలఁ బాఱెఁ.
దెలి వొందె మఱి యష్టదిక్కు లన్నియును.
బొలుపారఁ దూర్పునఁ బొడిచెఁ జంద్రుండు.
పిండి చల్లినయట్లు పృథివియు నిండఁ
బండువెన్నెల గాసెఁ, బచ్చిరక్తంపు
వాసనఁ బసి పట్టి వనమక్షికములు
కోసినమోట్లపైఁ గూడి జొబ్బిలఁగ
దోమలు చీమలు దొంతర గట్టి
1 యామనిగా రక్త మనుభవింపఁగను;
జీమదోమలఁ దోలఁ జేతులు లేక
వేమాఱు అంతు గావించి యేడ్వఁగను
నాసమీపంబున నడవిమధ్యమున
భాసిల్లు శేషాఖ్యపర్వతంబునను
జిక్కజడలవాఁడు శివునిపుత్త్రుండు
మిక్కిలి శివయోగి మీననాథుండు
యోగంబుచేతఁ బెం పొంది యుండాఁక
బా గొప్ప నాగట్టుపై గుహాలోన

1. సమృద్ధిగా.

శివపూజ గావించి సిద్ధులుఁ దానుఁ
బవళించి మేల్కొని బాలునిఱంతు
చెవుల సోఁకిన గొంతసే పాలకించి
వివరంబుగా విని విపినంబులోనఁ
దద్దయుఁ బ్రీతిని దడవు యోజించి,
రద్దాయె నిఁక నుండరా దని లేచి
జడలు గట్టిగఁ జుట్టి జపమాలఁ బట్టి
యొడ లెల్లను విభూతి యొప్పుగాఁ బూసి
సింగినాదపుఁగొమ్ము చెంపను జెక్కి
బొంగురుద్రాక్షల పోఁగులు వెట్టి
మంచిరుద్రాక్షల మాలిక వైచి
పంచవన్నెల యోగ పట్టె ధరించి
[1] డబ్బైనయొడల నొడ్డాణంబు మీఱ
[2] గబ్బుబెబ్బులితోలుఁ గాసె బిగించి
తనరంగ చికిలిబెత్తము చేతఁ బట్టి
ఘనమైన [3] యోగవాహనముపై నెక్కి
యండ కాసింపక యచ్చోటు వాసి
కొండక్రిందటి పెద్ద కోన కేతెంచి
యాజాడ నిలుచుచు నాలకించుచును
జాడ దప్పక పోయి సారంగధరునిఁ
దఱిగినచోట రక్తంబునఁ దడిసి
ధరమీఁదఁ బడి నేలఁ దడవు లాడుచును

1. డంబు, కాంతి. 2. పస గల. 3. యోగులపావాలు.

బడలి మూల్గుచు జొత్తుపాపకై వడిని
బడి యున్నఁ గని 'యెంత పాప! మయ్యయ్యొ!
యీసున నెవ్వరో యింతకు ముందుఁ
గోసిరి. యెడ లేదె! కొలఁదిలోపలను
సొమ్ముల కాసించి చొప్పు లేకుండ
నమ్మించి దొంగలు నఱికిరో? లేక
యజ్ఞాని యగుచు రాజాజ్ఞ మీఱినను
నాజ్ఞ పెట్టించెనో యవనిపాలుండు?
[1] అగపాటు లేకుండ నడవికిఁ దీసి
పగవారు చంపిరో పసిబాలుఁ గోల?
సౌందర్యమును జూడఁ జక్కనివాఁడు
ఎందులకో కష్ట మిట్లొందినాఁడు!
కొడుకక కాల్సేయి కోసినయపుడు
మది నేమి యనెను! నమశ్శివాయ!' యని,
నివ్వెఱపడి యొద్ద నిలిచి యోరోరి
యెవ్వఁడ వీవు నిన్నెవఁడు గోయించె?
నేదిక్కు నీయూ? ర దెంతదూరంబు?
ఛేదింపఁ ద ప్పేమి చేసితి వోరి?
నిసివేళఁ బిట్ట మానిసి రానిచోటఁ
బసిబాలుఁడా, యింతపని యెందు కాయె?
నని పల్క విని యతఁ డాశ్చర్య మంది
మునినాథుఁ గనుఁగొని మో మెత్తి పలికె.

1. అగపడుట.

అయ్యా, నీ వెవ్వఁడ వపరాత్రమందుఁ దిరుగ
దయ్యమవో లేక ధర్మదేవతవో?
భూతలాధిపుఁడవో భూతనాథుఁడవో?
యేతావునుండియో యిట కేఁగుదెంచి,
యనఘాత్మ, నాస్థితి యంతయు నీవు
కనుఁగొని మఱి యడుగంగ నేమిటికి ?
తెలియఁ జెప్పెద వెత దీర్చెద నన్నుఁ
బిలిచితి వింక నీపే రేమి?' యనిన,
మునినాథుఁ డప్పు డా మునివంటిబాలుఁ
గని పల్కె, 'నే నపకారిని గాను,
ధర భూతమను గాను దైత్యుఁడఁ గాను.
వెరఁగేమి, చెప్పెద వినుము నా పేరు.
స్థిరముగా నవనాథ సిద్ధుల కెల్ల
దొరను నే మీననాథుం డనువాఁడఁ,
గంటకం బైనయీకానలో నెపుడు
నొంటిగా నుండుదు, నోరి నాతోడ
బహుభాష లేటికిఁ? బరమేశునాన
మహిని సిద్ధుఁడఁ గాని మఱి వింత కాదు.
భయ మేల యిందాఁక ఫాలాక్షుపూజ
నియమంబుతోఁ జేసి నీరోదనంబు
విని చూడ వచ్చితి విపినమధ్యమునఁ.
దనువు నెత్తురు దోఁగ ధరమీఁద నొఱగి
ఈఁగలు ముసరంగ నింతకష్టంబు

రాఁ గారణం బేమిరా యోకుమార?
నీకులంబును బేరు నీ వున్న యూరు
మాకుఁ జెప్పు' మటన్న మహిపాలసుతుఁడు
మనసులోపలిచింత మాని యాచెంత
మునిపతిఁ గనుఁగొని మ్రొక్కి 'యోయయ్య,
యిరుసందు గానక యిందాఁక మిమ్ము
నరయ కాడినమాట కలుక సేయకుఁడు.
ఓమునికులచంద్ర, యోకీర్తిసాంద్ర,
నామీఁదఁ గృప యుంచి నన్ను నీ వేర్పఁ
దలఁచి వచ్చితివి. నేఁ దలఁచినకోర్కి-
ఫలియించె. నేఁడు నాభాగ్యంబుచేత
నినుఁ గంటి. దానిచే నిలిచెఁ బ్రాణములు.
అనఘాత్మ నీవు, న న్నడిగినమాట
నొప్పుగా నాస్థితి నొనరఁగ మీకుఁ
జెప్పెద వినవయ్య చెవులపండువుగ.
వసుధ మించిన సోమ వంశంబునందు
రసికుండు మాతండ్రి రాజనరేంద్రుఁ.
డిలఁ బతివ్రత లైన యింతులలోనఁ
దెలి వైనరత్నాంగి దేవి మాతల్లి.
సరసంపుమాతల్లి సవతి మేల్బంతి
మరి యొప్పుఁ జిత్రాంగి మాపినతల్లి.
ఈతీరునను నుండ నెలమితో మొన్న
మాతండ్రి వేఁటాడ మలలకు నరిగెఁ;

బురములో నేనుండి పురవీథులందుఁ
బఱువు లెత్తుచుఁ దెల్లపారావతమును
బోరకించుకొని వేడ్కతో నాటతమిని
వెర పొప్పఁగా నెగ వ్రేసినయపుడు
జగ మెల్లఁ జూడ నాజగ పావురంబు
ఎగసి మాపినతల్లి యింటిపై వ్రాలె
మునినాథ, పక్షిపై మోహంబుచేతఁ
జనవుసఁ బినతల్లి సదనంబునకును
బోయి సద్భక్తితోఁ బొలఁతికి మ్రొక్కి,
యోయమ్మ, పక్షి నిం పొంద ని మ్మనిన
ననుఁ జూచి మోహించి నళినాయతాక్షి
పెనఁగ వచ్చినఁ బాప భీతిచే నేను
మగువకుఁ జెప్పి దుర్మార్గవర్తనము
తగ దని యచ్చోటు తరలి వచ్చితిని.
దనమాట విన కున్నఁ దామసంబునను
వనములోపలి రాజు వచ్చినవెనుకఁ
దనమీఁది నేరము దప్పు నాపయిని
మనుజేశుతోఁ జెప్పి మఱి యింత చేసె.
గాసిఁ బొందితినయ్య ఘనస మునినాథ,
నీసేవ కిందాఁక నిలిచితిఁ గాని
నిలువదు ప్రాణంబు; ని న్నొక్కమాట
పలుకరించెద, నెంతపని యనవలదు;
ఎసఁగ మ్రొక్కిన వర మిచ్చిన వేల్పు,

వసుధ నక్కఱ దీర్చు వారె చుట్టములు;
అది గాక యిది కడు నాపదవేళ;
సదయుఁడా, రక్షింప సమయోచితంబు;
కాని నాకష్టంబు గన్నులఁ జూచి
పో నీకుఁ జెల్లదు, పోదు జీవంబు,
వందన మయ్య జీవంబు పోవుటకు
మం దిచ్చి రక్షింపుమా మునిచంద్ర.
చలమున విష మిచ్చి చంపుట కాదు,
తెలిసి నాకష్టంబు దీర్చుట గానఁ,
దొడర నీ కిందుల దోసంబు లేదు,
తడవు సేయక మందు దయ సేయవయ్య.'
కర మర్థి మ్రొక్కినఁ గని మదిలోనఁ
బరితాపమునను హా! పరమేశ! యనుచు
వరదుఁడై వగచుచు వానిసత్యంబు
స్థిరముగాఁ దనయోగదృష్టిని జూచి
కడఁకతో వాని నిల్కడమాటలకును
గడు మెచ్చి పలికె—'భూకాంతునితనయ,
మందు దె మ్మనెద వేమందురా నీకు
మందుల నొసఁగను మాచేతఁ గాదు!
విను వగ పేల? నీవివర మంతయును
గనుఁగొంటి వింటి నీకష్టంబుఁ దెలిసె;
జడియకు మనపాల సర్వేశ్వరుండు
ఎడఁబాయ కున్నవాఁ; డేపని కైన

నేను సమర్థుఁడ; నీకు మోసంబు
రానీయ నిటుమీఁద రాజకుమార.'
యనుచు దగ్గఱఁ బోయి యలమట మాన్చి
పనిపడి ఘనరక్తపంకంబు దుడిచి
శంకింపకయ హస్తజలజముల్ పట్టి
చంక నెత్తుకొని యా సారంగధరునిఁ
గొనిపోయి చెంగల్వకొలనిలోపలను
దనువునెత్తురు దోమి దాహంబు దీర్చి
బుజముపైఁ గైకొని భూతనాథుండు
విజయుఁడై తా నున్నవీడటుఁ జేరి;
తనకుఁ బ్రియంబుగాఁ దగ నెక్కుగొల్ల
యనిశంబుగాఁ గఱియాపులపాలు
తెచ్చి యియ్యఁగ మహాదేవునిపూజ
మెచ్చుగాఁ జేయుచు మిగిలినపాలు
మంచి గొప్పైన కమండలువునను
గొంచక యుంచి తాఁ గుడుచునాపాలు
వా చేరఁ బట్టి భూవరకుమారునకు
వాచవిగా సిద్ధవరుఁడు ద్రాగించి,
'కాలు చే యిట్టట్టు కదలింపఁబోకు
బాలుఁడా, యిచ్చోటఁ బవళింపు.' మనిన;
నేకచిత్తంబున నితరంబు మఱచి
యాఁకలి నొప్పియు నలసట లేక
చచ్చి పుట్టినయట్లు సారంగధరుఁడు

ముచ్చట లాడుచు మునినాథునొద్ద
సలలితంబుగ నుండుసమయంబునందు
నెలమి సంతోషించి రెల్లవారలును.

ద్వితీయభాగము.

సమాప్తము.

సారంగధరచరిత్రము.

తృతీయభాగము.

అంత నిశాచరు లతిఖేద మొంద,
వింతగ వాల్చుక్క వెడలి యావేళఁ
వెలతెలగాఁ దూర్పుదెస విస్తరిల్లెఁ,
బలునైననక్షత్రపంక్తియు నడఁగెఁ,
గలకల మని పక్షి గణములఱతు
గలిగెఁ, జంద్రునికాంతి గనుమాపు మాసెఁ,
గమలము ల్వికసించెఁ, గలువలు ముణిఁగెఁ,
గమలబంధుఁడు దివాకరుఁడు సూర్యుండు
పాపాత్ముఁ డగుమహీపాలునిమీఁదఁ
గోపించె నన్క్రియఁ గుధరంబు దిరిగి
చుఱుకుచూపులవేఁడి చూపంగఁ దలఁచి
పఱతెంచి యుదయాద్రిపై నెక్కె నంత.

—* తలవర్లు రాజునకు వృత్తాంతము నివేదించుట *—

గోత్రపావనుఁ డైన కొడుకును బాసి,
రాత్రి నిద్రింపక రాజశేఖరుఁడు,
చిత్రాంగికై కొంతసేపు చింతించి,
పుత్త్రునిగుణములు బుద్ధి నూహించి,

సింహాసనంబుపైఁ జిడిముడితోడ
సింహవిక్రమశాలి చింత సేయుచును,
బదపడి తలవర్లఁ బంపినత్రోవ
నెదురుచూచుచు నున్న; నెసఁగ నంతటను
నడవిలో వృత్తాంత మంతయుఁ గొంచు
వడిగను దలవర్లు వసుధేశుకడకు
వచ్చి దండముఁ బెట్టి వరుసతో నిలిచి
ముచ్చట తెలిపిరి మొదటనుండియును.
బాలుండు తమతోడఁ బలికినవిధము
కాలుసేతులు తాము ఖండించువిధము
వాసిగా నాకాశ వాణిమాటలును
పూస గ్రుచ్చినయట్లు భూపాలుతోడ
విజ్ఞాపనము చేసి, 'విను మహారాజ,
ఆజ్ఞకు వెఱచి మే మనలేము గాని,
పాటి దప్పితి వయ్య పాపపుణ్యములు
నేటు సేయఁగలేక నిష్కారణముగ
సత్యంబు దప్పనిసారంగధరుని
సత్యంబు గానక చంప నంపితిరి.
మీపనికై పోవ మీచేత మాకుఁ
బాపంబు సిద్ధించెఁ.' బసిబాలుఁ డనక
సాధుభావము గల సారంగధరుని
ఛేదించి తెచ్చిన చేతులుఁ గాళ్లు
రక్తంబు గాఱఁగా రాజుముందటను

భక్తితో నుంచిన;— భావంబు చెదరి

—* రాజుదుఃఖము *—

పరవశుండై గుండె జగ్గున నవయఁ
బురపురఁ బొక్కుచుఁ బుత్త్రశోకంబు
కెయిగూడి భూపాలు గర్భంబునందుఁ
జెయిఁ బెట్టి కలఁచిన చేష్టతోడుతను,
బాలునిసుగుణంబు భార్యదుర్గుణము
లోలోన నెంచి, యీలోకంబునందుఁ
దనవలె నిందలఁ దగిలినయట్టి
జను లేరు లే రని శంక సేయుచును,
వలఁకుచుఁ దలపోసి, తనయునిమీఁది

—* రాజు చిత్రాంగిని దండించుట *—

యలమటచేతఁ జిత్రాంగి రావించి
గోద గొన్నపులివలెఁ గొలువుఁగూటంబు
అదరంగబెట్టు అం తడరఁ గోపమునఁ
గాంతను జూచి భూకాంతుఁ డిట్లనియె.
'యింత చేసితివె! యోా వెలఁది చిత్రాంగి,
నీమాట నిజ మని నిర్నిమిత్తముగ
నాముద్దుఁబట్టిని నడికానలోన
దండించి తలవర్లు తరలి యేతేర
నండఁ బాయక నిల్చి యాకాశవాణి
పలికినపలుకు లేర్పాటుగా నిచటఁ

దలవరు ల్చెప్పి రిందఱు వినుచుండఁ;
జాటుమాటలు గావు సభ వారి నడుగు;
నేటుగా నీకల్ల నిజములు రెండు
తేటగా నిప్పుడు దెలుపక యున్నఁ
బాటించి కత్తుల పాలు సేయింతు.
మూలయింటను గనుల్ మూసియుఁ బిల్లి
పాలు ద్రాగినయట్లు, పాపాత్మురాల,
తప్పు నీలోపల దాఁచి యీకరణిఁ
గప్పిపుచ్చితె! దైవగతి దప్పఁ గలదె?
అంతకం బనక మర్యాదఁ బో విడిచి
యింతఁ జేసినదాని కిఁక భయ మేమి?
శంకలు దీఱ వెసఁ జెప్పు' మనుచు
జంకించి కన్నులు జాజువాఱఁగను
బెదరించి పలికిన పృథ్వీశు నెదురఁ
జెదరక చిత్రాంగి చే చాఁచి పలికె.
ధర్మరాజవు నీవె ధరణీతలేంద్ర,
మర్మంబు గానక మాట లాడెదవు.
తలవరు ల్చెప్పినతబ్బిబ్బు మీరు
తెలియక నన్నింత తెగనాడ వలదు.
ఈకాలమందు భూమీశ, యెందైన,
నాకాశవాణి మాటాడినతావు
కలదయ్య? నాకు నీకపట మంతయును
దెలియవచ్చెను; మీకుఁ దెలిపెద వినుఁడు.—

అటమటకత్తె రత్నాంగి నామీఁదఁ
గుటిలత తలపోసి కొడుకును డాఁచి
వంచింపఁగను దలవరులకుఁ జాల
లంచంబు లిచ్చి మెల్లన నేర్పుగాను
బోధించినను, వాండ్రు పోయి దూరమున
బీడ నొక్కని నూరు పేరు లేకుండఁ
జెయి కాళ్లు గోసి కుత్సితముగ మీకు
నయిపుఁ గన్నులఁ జూపి, యాకాశవాణి
చెప్పె నంచును మాయ చేసిరి గాని,
యొప్ప దీమాటకు నుర్వీతలేంద్ర.
మనసులోనఁ దలార్ల మాటలే నమ్మి
నను నెవ్వ నాడుట న్యాయంబు గాదు
అంత నిజం బైన నడవినే కాని
యంత యిక్కడ లేదె యాకాశవాణి?
యాడఁ బల్కినమాట యనరాదె యీడ?
యేడ నాకాశంబు నెక్కడిసుద్ది?
తప్పుమాటలు గూర్చి తమయుక్తి చేర్చి
చెప్పెడివారికిఁ జెవు డైనఁ గాని
విన్నవారికినైన వివరంబు లేదె?
నన్నడిగెద రిఁక నరనాథ, మీకుఁ
జిత్తంబులోపల శిక్షఁ జేయింపఁ
గత్తి మెత్తన వాఁడి కలదె లోకమునఁ?
బాపము గలిగిన భయము; న్యాయందుఁ

పాపంబు లేదని భామ చేయెత్తి
భూదేవికై చూపి భూపతితోడ
వాదింప నాకాశవాణి యిట్లనియె:—
'అవునె చిత్రాంగి యిట్లాడంగఁ దగునె!
శ్రీనాథుఁ డెఱుఁగనిసృష్టియుఁ గలదె!
కోమలి, నిను నీవు గొనియాడుకొనిన
నేమందురే నిన్ను నెఱిఁగినవారు?
గజిబిజి చేసి భూకాంతునియెదుట
నిజమని నీకల్ల నిలువ నాడెదవు!
సకియ, నీయింటికి సారంగధరుఁడు
ఒకపావురమువెంట నుఱికి రాలేదె?
రాఁగానె నీవు గారము చేయలేదె?
బాగుగా నీకాళ్లఁ బడి మ్రొక్కలేదె?
మ్రొక్కినఁ గనుఁగొని మోహించి సుతునిఁ
దక్కులమాట లాతని నాడలేదె?
ఆమాట కాతఁడు హరిహరీ! యనుచు
వేమాఱు తల్లి నీవే యన లేదె?
తలుపు దగ్గఱఁ దీసి తత్తఱంబునను
బలిమిని మొలదట్టి పట్టుకోలేదె?
కొడుక నే, నీమాట కూడదే యనుచు
విడిపించికొని యిల్లు వెళ్లి పోలేదె?
చేతిగాజుల ఱొమ్ముఁ జీఱుకొనంగ
నీతి మాలిననిన్ను నేఁ జూడలేదె?

కస రెక్కి యంత ముష్కరము సేయంగఁ
బొసఁగించి యెగవేయు బొంక నీ కెంత!
ముంగల వెనుక నీ మూఁడులోకముల
నంగన, నీయంత యాఁడుది లేదు.'
అని అంతు చేసి రాజాస్థాన మెల్ల
వినఁ జెప్పి యెప్పటి విధమున నుండె.
నప్పుడు నరపతి యఖిలబంధువులు
నె ప్పైనయాప్తులు నుచితమంత్రులును
దొరలు సామంతులు దుర్గాధిపతులుఁ
బరివారమును బురప్రజ యాదిగాను
విన్నవా రందఱు విస్మయం బంది,
చె న్నొప్పఁ జిత్రాంగి చేసినతప్పు
[1] బయలు చెప్పఁగ గుట్టు బయలాయె ననుచు
జయ వెట్టగాఁ, జూచి జనవల్లభుండు
శోకంబు కోపంబు సొద వేర్చినట్టు
లాఁకొన్నపులివలె నాగ్రహంబునను
గోలాహలంబుగాఁ గొలు వెల్లఁ జెదరఁ
గాలాగ్నిరుద్రుని కరణి మండుచును
దనబంట్ల బిలిచి యుద్దండకోపమునఁ
గనలుచుఁ బలికె, 'నీకష్టాత్మురాలి
నిందఱుఁ జూడంగ నీక్షణంబునను
బందిఁగాఁ గొనిపోయి పట్టముచుట్టు

1. ఆకాశము.

[1] బడిమిగాఁ ద్రిప్పి కూపంబులోపలను
బడఁద్రోసి రాఁడి. యీపనికి నెంతైన
మనవి లే దింక ముమ్మాటికి సెలవు.
చనుఁ డని పలుక;—నాక్షణమున వాగు
దమకించి దొరసానితనము గైకొనక
యమర వేవేగ చిత్రాంగి నంటఁగనె
రక్కసివలెనె [2]ధారుణి పిక్కటిల్ల
మొక్కలంబునఁ గుయో మొఱ్ఱో యనంగ;
బిగువుపగ్గంబుల బిరబిరఁ దెచ్చి
తగ నంటఁ గట్టి రాస్థానంబునందు;
బలహీన మైనట్టిపామును బట్టి
చలిచీమలే చంపఁ జాలినయట్లు
కట్టలుకతోడ నక్కడఁ గొంతసేపు
కొట్టుచుఁ దిట్టుచుఁ గొల్వులోనుండి
పుట్టుగొడ్రాలిని బురవీథి నడుమఁ
బట్టి యీడ్చుచు రద్దు పద్దు చేయఁగను;
బాగులుచుఁ దోలినాఁడు పురములోఁ బ్రజలు
తగుభంగి సారంగధరుఁ జూడవచ్చు
విధముగ వచ్చిరి. వీథులయందు
సుదతులు చిత్రాంగిఁ జూచి యి ట్లనిరి.
'కట్టిఁడి, నీ కిట్లు కాకుండ నగునె,
కట్టి కుడ్వక పోనె కర్మబంధంబు?

1. గిఱగిఱ. 2. భూమి.

ధర్మమా జగతిలోఁ దనయుని వలచు
దుర్మార్గురా' లని దూషించువారు.
‘ ఏపు రేఁగి కుమారు నెట్లు మోహించు
పాపాత్మురా?' లని పలికెడువారు.
‘ పాపములో నైనఁ బరిపాటి గలదు,
ఈపాప మెఱుఁగ మీయిల' ననువారు,
‘ ఎంత నేరమి చేసి యెగవేయఁ గలదు
అంతకురా లిది!' యనియెడువారు.
‘ బాలుర పాలిటి బాలగ్రహంబు
బాలుర నిండ్లకుఁ బంపుఁ'డన్వారు.
‘ [1] మసలాడి యిది చెప్పు మాటల విన్న
వసుధేశ్వరుం డెంతవాఁ' డనువారు.
‘ పలుగాకి గాక యీ పాప మెందైనఁ
గలదమ్మ యెంతరక్కసి!' యనువారు.
‘ ఇట్టిది గనుక నే యిందఱిలోనఁ
గట్టి కొట్టఁగఁ గంటఁ గన్నీరు లేదు.
వయసుకావరమున వావి పోనాడి
పయిపాటు నెఱుఁగక పందగా నిలిచి
జంతమాటలఁ జేయిచాఁచి వంచించి
బంతి లేదంచును బాసలు చేసె.
దోషాన కొడిగట్టి తుద గాన కున్న
వేషాల బొం కిది వెంటనే చూపె.

1. విలాసవతి.

నిం దుండి వినుచున్న యీమగవారు
అందఱమన సిట్టి దనుకొనఁ గలరు.
ఆఁడుజాతికి నెల్ల నపకీర్తి వచ్చెఁ
జూడరా.' దని రోసి సుదతు లందఱును
దిట్టసాగిరి. ధరిత్రీపతియాజ్ఞఁ
బట్టు దప్పక నంత బాజాలు లెల్లఁ
గలయఁ ద్రిప్పియుఁ బురికడ నొక్కచోట
నలయించి కడ లేక యార్తిఁ బొందించి
కత్తి కింతింతలు గసికండగాను
జొత్తుఁబాపను జేసి చూడ ఘోరముగ
నుప్పుఁబాఁతఱలోన నుంచి యామీఁద
గప్పిరి పై మన్ను గానరాకుండ.
మృతను గావించిరి. మెలఁతఁ జిత్రాంగి
గత మైనవార్త భూకాంతుతోఁ జెప్ప;

—* రాజును రత్నాంగియు కాన కేఁగుట *—

విని పుత్త్రశోకాన వేగింపలేక
మనుజేశుఁ డాస్థాన మంటపంబునను
నిలువ సహింపక నిమిష మచ్చోట
నలమట నొందుచు నాలును మగఁడు
కులపావనుం డున్నకోనలోపలికిఁ
గల బంధువులతోడఁ గదలె నాక్షణమె.
వెనువెంట బలములు వేలసంఖ్యలును
ఘన మైనహాయములు గజములు నడువ,

ముందటఁ దలవరుల్ మొగి నేఁగు చుండఁ
1 గందువల్ వెదకుచుఁ గానలోఁ జొచ్చి

—* ఖండితుఁడైనచోట తలిదండ్రులు విలపించుట *—

మండలాధీశుఁ గుమారశేఖరునిఁ
గొండపైఁ గాల్సేయి గోసిన తావు
ధరణి యంతయు రక్తధారలచేత
2 గరుపట్టె నెత్తురు కాల్వలై పాఱె
సలలితంబైనవసంతకాలమునఁ
బాలుపార మోదుగు పూచిన ట్లున్నఁ,
గని మూర్ఛ నొందె భూకాంతుఁ డచ్చోటఁ.
దనయుని నిజ రక్తధారలలోనఁ
బొరలుచు రత్నాంగి పుడమి మూర్ఛిల్లెఁ.
బరివారమును శోకపరవశు లైరి.
బలములఱంతు భూభాగ మంతయును
జలరాశి ఘోషించు చందాన నుండె.
రహిమాలి యప్పుడా రత్నాంగి దేవి
మహిమీఁద వ్రాలి 'కుమార, యయ్యయ్యో!
చనుఁబాలధారలు చనవుగాఁ గొన్న
తనువులోపలి రక్తధారలా యివియుఁ!
బారానతము వెంటఁ బడి వీథులందుఁ
బారాడు నీ మృదుపదములా యివియుఁ!

1. జాడలు. 2. గగుర్పాటు.

దలిదండ్రులే యిష్ట దైవంబు లనుచుఁ
జెలువారఁగా మ్రొక్కు చేతులా యివియుఁ!
జందమామను బోలు చక్కనితండ్రి,
యెందుఁ బోయితివి మా కెవ్వరు దిక్కు?
నిలువదు ప్రాణంబు ని న్నెడఁబాసి!
పలుకరా నీకు నేఁ బగదాన నఁటర?
దయ్యపురూపుల తలవరుల్ నిన్నుఁ
గొయ్యఁగ నే మనుకొంటివో యన్న ?
మత్తుగాఁ దొమ్మిది మాసముల్ మోసి
కత్తులపాలుగాఁ గంటినా నిన్నుఁ!
[1] బోడికలును నిన్నప్రొద్దున నీవు
నాడంగ నామది కానంద మయ్యె.
నేఁటి ప్రొద్దుటివేళ నిన్నుఁ గోల్పోయి
కోటికోటిగ గోడు గుడువఁ బాలైతిఁ !
దనయుఁడ, నీ వెందు. దాఁగి యున్నావు?
మనవిఁ జేకొని తప్పు మన్నింపు.' మనుచు,
రత్నాంగియును రాజ రాజ విభుండు
యత్నంబుతోఁ దనయా! యని యఱచి,
పురపురఁ బొక్కుచు మొఱలు వెట్టుచును
జొరరానిపొదరిండ్లు చొచ్చి శోధించి,
మతి దప్పి తెలివొంది మఱి విచారించి
వెతఁ గుంది చీరీతి వెతకి రెల్లెడల:—

1. బాలురను.

'తిన్ననికస్తూరి తిలకంబువాఁడు
పొన్నవృక్షములార, పుత్త్రునిఁ గనరె?
జిలుఁగు వన్నె రుమాలు సిగను బూబంతి
గలఁడు సంపెంగలార, గానరే సుతుని?
చెంగావి మొలదట్టి చెఱఁగులవాఁడు
మంగవృక్షములార, మాసుతుఁ గనరె?
సారంగధరుఁ డనుచక్కనివాఁడు
పారిజాతములార, బాలునిఁ గనరె?
బాగొప్ప నాజానుబాహులవాఁడు
శ్రీగంధతరులార, శిశువును గనరె?
కలువరేకులవంటి కన్నులవాఁడు
కలిగొట్టుతరులార, గానరే సుతుని?
మెఱుఁగైనబంగారు మెయిచాయవాఁడు
గురివెందతరులార, కొడుకును గనరె?
మదమున మీఁకన్న మఱి హెచ్చువాఁడు
మదపుటేనుఁగులార మాసుతుఁ డేఁడి?
పదపడి మీవలె బలశాలి యతఁడు
కొదమ సింగములార, కొడుకును గనరె?
వాటంపుమీపేరు వానిపే రొకటి
తేఁటిమన్నీలార, తేరె మాసుతుని?
పాపని జాడ కన్పట్టెనే మీకు?
దాఁపక చెప్పరే తాపసులార.
చూపిన మీరు మాసుతు నిచ్చినట్లు,

ఆపద వారింపుఁ డని పేరుపేర
వృక్షాల మృగముల వెస యోగివరుల
రక్షింపుఁ డని రాజు రత్నాంగి దేవి
దీను లై మ్రొక్కుచు, దిక్కు మీ రనుచుఁ
'గానక కానక కన్నకుమారుఁ
గాన రే?' యనుచు నక్కానలోపలను
నానాముఖంబుల నందను వెదకి
వేసారి సురపొన్న వృక్షంబుక్రిందఁ
గాసిల్లి నిలిచి భూకాంతుఁ డచ్చోట
వెలవెలఁ బోవుచు వెలఁదియుఁ దాను
దల వంచి మదిలోనఁ దలపోయఁ దొడఁగె.
'తామసించినవాఁడు తా మసి, యన్న
సామెత నిజ మాయె! సతిమాటలకును
గడుపునఁ బుట్టిన కనుగందు నిట్లు
అడవిపాలుగఁ జేసె నని సాటివారు
ఉన్నంతకాలంబు నుర్విలోపలను
నన్నుఁ జూచినవారు నవ్వుచున్నారు.
సరి లేని చక్కని సారంగధరుని
మరి లేరు తనయులు మఱచి యుండంగ.
సొదవంటి యీపుత్త్రశోక సాగరము
తుద యీఁది యపకీర్తి ద్రోయంగఁ జాల.
చిత్రంబుగా నీడ జీవంబు విడిచి
పుత్త్రునితో ముక్తిఁ బొందెద.' ననుచు,

సిక నీఁడ రత్నాంగి చేపట్టి పెనఁగఁ
జకిలి చేసినబాఁకు చేముష్టిఁ బూని
గ్రుద్దుకోఁ బోయినఁ [1] గుంభినీపతికి

—* రాజును ఆకాశవాణి యనుగ్రహించుట *—

ప్రద్దుగా నాకాశవాణి యి ట్లనియె.
‘ భూమీశ, యీవెఱ్ఱిబుద్ధులు మాను;
ఈమోహ మెల్ల ముం దేల లేదాయె?—
మునుపు ముం దెఱుఁగక మోసంబు చేసి
వెనుకనే ప్రాణంబు విడువ నేమిటికి?
నరనాథ, విను మీననాథునియొద్ద
నిరుపమగుణశాలి నీకుమారుండు
వఱలుచు హరికృపా వైభవంబునను
మఱచి మిమ్ములను నెమ్మది నున్నవాఁడు.
దేవతల్ మెచ్చఁగా దినములలోన
శ్రీవిభుకృపఁ గాల్లఁ జేతులు వచ్చి
యీలంపటలు మాన్పు. నింతలో మీరు
బాలునిఁ గనుఁగొనఁ బంతంబు వలదు.
స్థిర మిది నామాట శిరమునఁ దాల్చి
బురముఁ జేరుఁ డట’న్నఁ బొలఁతియుఁ దాను
దామసం బుడిగి మోదమునఁ బొంగుచును
భూమీశ్వరుఁడు నిజపురమున కరిగె.

1. రాజునకు.

—* సారంగధరునికి కాలుసేతులు వచ్చుట *—

అంత నామునినాథుఁ డతిసంభ్రమమునఁ
జింత సేయక యున్న క్షితిపాలసుతుని
కాలుసేతులు వచ్చుక్రమము చింతించి,
నాలవదినమున నయ మొప్ప నతనిఁ
జెంగల్వకొలనిలో స్నాన మాడించి,
సింగార మైనట్టి చిత్రాసనమునఁ
గూర్చుండఁ బెట్టి, సద్గురు సదావుని
నర్చించి మంత్రయోగాభ్యాసమునను
గుడిచేత నొక పెద్ద గుం డట్టె నైచి
'పడకుండఁ జూడరా బాలుఁడా,' యనినఁ;
దప్పక చూడంగఁ దనమంత్రశక్తి
నప్పుడు నిర్మించె హస్తపాదములు.
మొనఁ జూపి మోదుగు మొగ్గలరీతిఁ
గనిపించె నంతంత గాళ్లుసేతులును
దొలినాఁడు, మఱునాఁడు దోఁచెను వ్రేళ్లు.
మొలకలవలెఁ దోఁచె మృదు వైనగోళ్లు.
స్థిరముగాఁ బదియేను దినముల కెల్లఁ
బరిపూర్ణ మాయెను బాదహస్తములు.
మునుపటివలె మేను [1] ముప్పాంగు చున్న;
మునిపతి చూచి సమ్మోదంబుఁ బొంది,

1. ఉప్పాంగు.

పైని బెట్టినగుండు ప్రక్కగా దించి,
పూనినయోగంబుఁ బోలఁ జాలించి,
చే యెత్తి లెమ్మని చేదండ యిచ్చి,
యోయన నడిపించె నొకపరిపాటి.
తనచేతిబెత్తము ధరణిపై వేసి,
తనుఁ గూడ రమ్మని తరలాడ నేర్పె.
గుఱి చూపి బిరబిరఁ గూడ రమ్మనుచుఁ
బఱివుగఁ దనవెంటఁ బారాడ నేర్పె.
మురువుతోఁ బరనల్లు ముప్పదిరెండు
సరసంబుగా నేల సాము చేయించె.
పగలు రే యనక నీపగిదిఁ గొన్నాళ్లు
తెగువతోఁ గొంకును దీఱంగఁ జేసి,

—* సారంగధరుఁడు సిద్ధుఁ డగుట *—

యుఁ దున్నసిద్ధుల కందఱికన్న
మందుల మంత్రాల మార్గంబు లన్ని
తెలివి మీఱఁగ నుపదేశంబు చేసి,
కలిగిన తనశిష్యగణముల కెల్లఁ
బెద్దగాఁ జౌరంగి పేరిటి సిద్ధి
ప ట్టిచ్చి మునికులపావనుం డనియె.
' బాలక, విను నీదుభాగ్యంబువలనఁ
గాలాడఁ గలిగె. నిక్కముగ నీవఱకు
మితి లేని శోకాన మీ తల్లి తండ్రి

వెతలఁ గుందుచు నిన్ను వెతకుచున్నారు;
పొమ్మని పలికిన బుద్ధిఁ జింతించి
సమ్మతిగాఁ బల్కె సారంగధరుఁడు.—
‘ గురునాథ, వినుము నే ఘోర సంసార
దురితంబు లడఁగి నిర్దోషుండ నైతిఁ.
దల్లియుఁ దండ్రియు దైవంబు గురువు
నెల్లభంగుల మిమ్ము నేప్రొద్దు నేను
బ్రణుతించి మీపాద పద్మము ల్గొలిచి
మని యుండ, నటకుఁ బొమ్మని సెల వీయ
వల దని పలికిన వాని కి ట్లనియె.—
‘ ఇలలోన సంసార మింద్రజాలంబు.
ధనమును భార్యయుఁ దనయు లనంగఁ
దనరిన యీషణాత్రయమును మూఁడి
వదలక బహుమోహవార్ధిలోఁ జిక్కి
మద మత్స రాది పామర వృత్తిచేతఁ
దమవారు తమసొమ్ము తాము తా మనుచు
మమకారమును బొంది మను జీవగణము
మెలఁగెడు. నటు గాన మీవారు నిన్నుఁ
దలఁచి యేడ్వఁగ మాకుఁ దగదు నిన్నుంప.
మాకు నీపై నింత మమత పుట్టఁగను
నీ కేల లేదురా నీవారిమీఁద ?
నీమేలు గతి చెప్పి నినుఁ గన్నవారి .
బాము మాన్పుట చాల బాగు గావునను

జెప్పితి.' నన్ను నాశివగురుమాటఁ
దప్పక సాష్టాంగ దండంబు పెట్టి,
మన్ననఁ బడసి సన్మార్గంబుఁ దెలిసి,

—* సారంగధరుఁడు పోయి తల్లిదండ్రులం గనుట *—

వన్నెచిన్నెల యోగవాగల మెట్టి,
పరమేశ్వరా యని పలుకుచు నపుడు
నరనాథు పట్నంబు నడుమను వ్రాలెఁ.
బురజను లప్పు డద్భుతమును బొంది
పరువునఁ బోయి భూపతి కెఱిఁగింప;
విని యద్భు తాశ్చర్య వివశాత్ముఁ డగుచు
వనితా సమేతుఁ డై వైభవోన్నతుల
దొరలు మంత్రులు తనతోఁ జనుదేర
మురియుచు సంతోషమున నెదు రేఁగి
కన్నపుత్త్రునిఁ దాను కౌఁగిటఁ జేర్చి
కన్నుల నానంద కణములు రాల
మోము దప్పక చూచి ముద్దాడి మదిని
ప్రేమ లూరంగ సంప్రీతితో నపుడు
'ఓపుత్త్రరత్నమా, యోధర్మశీల,
కాపాడు; మాయపకారంబు లెల్ల
నీమది నుంపక నిఖిలరాజ్యములు
సేమంబుతో నేలు శ్రీమూర్తి వగుచు.
అపరాధ మెంచకు.'మ్మని తల్లి దండ్రి

యపరిమితం బైన యాత్మవర్గంబు
చనవునఁ బల్కిన సారంగధరుఁడు
వినయ వాక్యముల భూవిభున కిట్లనియె.
‘ రాజశేఖర, విను రాజనరేంద్ర,
రాజ నీవును నపరాధ మేమిటికిఁ?
దప్పుఁ జేసినవారి దండించు టెఱుఁగు
తప్పదుగా రాజధర్మక్రమంబు.
సుతుఁ డని నను దయఁ జూడనందులకుఁ
గత మాయె మునుపటి కర్మశేషంబు.
మహిపాల, చిత్రాంగి మాటలచేత
మహిలోన బుధులసన్మార్గంబుచేతఁ
జాలిన శివయోగ సామ్రాజ్యలక్ష్మిఁ
బోలునే యీతుచ్ఛ భోగబంధకము?
కా కున్న సంసార కర్మంబునందు
మా కభీష్టము లేశ మాత్రంబు లేదు;
వసుధేశ, మిముఁ జూడ వచ్చితిఁ గాని
వసుధపాలన తపఃపరుల కేమిటికిఁ?
బాలు పొంద గురుఁ డిందుఁ బోయి రమ్మనుచు
సెల వియ్య మీపాలి సేమంబు తెలియ
వచ్చితి; నా మనోవాంఛ లీడేఱె.
ముచ్చటాయెను గొంత; మును వున్నవారు
సుకమే కదా మనచుట్టాలు హితులు?

—* సారంగధరుఁడు చిత్రాంగిని బ్రదికించుట *—

ఒక సంశయము మది నెప్పుఁ జిత్రాంగి
రాదేల ననుఁ జూడ రాజనరేంద్ర,
పోదును శివపూజప్రొద్దాయె.' ననిన,
జనపతి చిత్రాంగిచంద మంతయును
వినిపింప, విని తన వీనులు మూసి,
శివ శివా యనుమాట జిహ్వఁ బల్కుచును
నవనీశు ననియె 'నో నో! మహారాజ,
పే రెన్ని కెక్కిన పృథివీశ్వరుఁడవు
నారీమణులఁ జంప న్యాయమా యయ్య?
శిశుహత్యయును మఱి స్త్రీహత్య మొదలు
పశుహత్యయును మఱి బ్రహ్మహత్యయును
తగదు సేయఁగ ఘోరతరపాతకములు.
మగువ చచ్చుట యెల్ల మాచేతఁ గాదె?
వచ్చియు మగువ జీవము లీయకున్న
మచ్ఛనాథుఁడు విన్న మాకు మోసంబు.
మీ కేల? చిత్రాంగి మృత యైనచోటు
మాకుఁ దెల్పుఁడ.' టన్న మానవాధిపుఁడు
చూపె. నప్పుడు మనసున లేశ మైనఁ
బాప మనసి యోగబలదృష్టిచేతఁ
గని మది గురు పాదకమలము ల్నిలిపి,
ఘన మైనసంజీవకరణి మోపఁగ నె

జను లద్భుతముగ ముచ్చటపడి చూడ
వనిత దిగ్గున లేచి వచ్చి మ్రొక్కినను,
దీవించి యసమానధీరుఁ డై యున్న;
భూవరుఁ డరుదొందెఁ; బురజను లెల్ల
ధరఁ జాఁగి సాష్టాంగ దండముల్ పెట్టి
పరిపరి విధములఁ బ్రస్తుతించుచును
భావించి యాశ్చర్యపడియుఁ బ్రత్యక్ష
దైవంబు సారంగధరుఁ డని చూడ.
నప్పుడు దివినుండి యఖిలదేవతలు
గుప్పిరి మందార కుసుమవర్షంబు.
ఆనందమునఁ బొంది యష్టదిక్కులును
నానాముఖంబుల నరనాథసుతుని
మహిమఁ గీర్తించి 'సమ్మతముగ నితఁడు
మహిఁ బుట్టె దైవ, మీ మార్గంబుఁ జేయఁ
దక్కినవారికిఁ దగదు. చిత్రాంగి
మృతిని బొందినచోటి మృత్తిక తెచ్చి
సతిని గావించెను సారంగధరుఁడు.
అపరాధిని యటంచు నామెఁ బోనీక
యుపకార మొనరించె నోహో!' యటంచు
సన్నుతింపఁగఁ జూచి సంభ్రమంబునను
అన్నరపతికి ని ట్లని యానతిచ్చె.
గురుకటాక్షంబునఁ గోమలి బ్రతికె,
ధరణిలోపల నింద తప్పెను మాకుఁ.

బరిపూర్ణ మాయెను. భావంబులోని

—* సారంగధరుఁడు రాజును దీవించి గురువుకడ కేఁగుట *—

విరసత పాసెను. విను మొకమాట,
చిత్రాంగి మముఁ గల్ల చేసినపనికి
ధాత్రీశ, మీమదిఁ దాపంబు వలదు.
నాకర్మవశమున మగువ కీలాగు
వాకిచ్చె దైన మీవలనుఁ జిత్రాంగి
పావనురాలు మీపాదంబు లాన.
దేవిగాఁ గొనుము, సందేహంబు మాను.'
అని యొప్పగించి, వారందఱుఁ జూడ
ననుపమసింహాసనాసీనుఁ జేసి
యాయతపుత్త్రపౌత్త్రాభివృద్ధిగను
వేయుమాటల వంశవృద్ధిఁ బెంపార,
దీవించి వారిచే, దీవన లంది,
వాసి కెక్కినతాను వైభవోన్నతుల
సెలవు గైకొని నిజాశ్రమమున కరిగె.
సలలిత సౌందర్య సద్గతిచేత
జననాథుఁ డత్యంత సంతోషమునను
వనిత లిద్దఱు వశవర్తిత మెలఁగఁ,
జప్పన్న దేశాల జనపతుల్గొలువ
నెప్పటివలె రాజ్య మేలుచు నుండె.
సారంగధరుఁ డంతఁ జని గురునాథుఁ
జేరి సాష్టాంగంబుఁ జేసినఁ జూచి

మునినాథుఁ డానందమున రాజసుతుని
వినయంబునకు మెచ్చి వేడ్కని ట్లనియె:
‘వసుధేశతనయ, మీవారు చుట్టములు
కుశలమే? చిత్రాంగి కుశలమే?’ యనినఁ,
దనవారిమేలు చిత్రాంగిశ్రేయంబు
వినిపించి మ్రొక్కిన; విని మునీశ్వరుఁడు
సదయుఁ డయ్యెను వాని సామర్థ్యమునకు
మది మెచ్చి, ‘రాజకుమారకా, నీదు
పుణ్యంబు కీర్తి సంపూర్ణమై జగతి
గణ్యమై నిలుచును గలకాల మెల్ల.
వాసి నీశ్వరు కృప వఱల నిచ్చోట
మా సేవఁ జేసి నెమ్మది నుండు;’ మనినఁ
జింత లన్నియుఁ బాసి సిద్ధులఁ గలసి
సంతోషమున నుండె సారంగధరుఁడు.
అప్పన్న చెప్పిన యాప్రకారమున
నొప్పుగా నీకృతి యొనరించినాఁడ.
శంభునివరమున జగతి బాణాల
శంభుదాసుండ. నీసచ్చరిత్రంబుఁ
జదివిన వ్రాసిన జనులను నెల్ల
సదయుఁడై కరుణించు సర్వేశ్వరుండు.

సారంగధర ద్విపద

సంపూర్ణము.

బగితుఁడ నైతి. నా పని యింతే. మీరు
పతియాజ్ఞ మీఱక పని చేయవలయు.
నతివేగమునఁ జేయుఁ.' డని మదిలోన
భక్తమందారునిఁ బద్మలోచనుని
భక్తిఁ జింతించుచుఁ 'బరమేశ, నన్ను
నీవానిఁగాఁ గరుణించి యీవేళఁ
గావవే. మాతండ్రి కనికర ముడిగి
తలవర్ల కొప్పించెఁ. దప్పును నొప్పుఁ
దెలిసి నీ వేటికిఁ దెలుప కున్నావు?
నిన్ను నమ్మితి నయ్య నిఖిలలోకేశ,
యన్య మెఱుంగ నన్నాదుకొ' మ్మనుచుఁ,
బన్నగశాయి శ్రీ పాదపద్మములు
పన్నుగా మదిలోన భావించుచున్నఁ;

—* తలవరులు సారంగధరుని రాజవీథిలోఁ గొనిపోవుట *—

గరుసుఁబ్రగ్గముల భూకాంతతనూజుఁ
గరపల్లవము లంటఁ గట్టి, రక్తజని,
ముత్తెంపుఁబేరుల ముడి వడి జాఱి
[1] చిత్తగా మూఁపుపైఁ జిందులు ద్రొక్క,
శ్రీ మించు పట్టునూల్సిగ వీడి కురులు
ఆమేనఁ దుమ్మెదలై తూఁగ సాగె,
నడుగులు తడఁబడ నరుగు వేగమునఁ

1. చిత్తజల్లుగా.

www.ingramcontent.com/pod-product-compliance
Lightning Source LLC
LaVergne TN
LVHW020122220825
819277LV00036B/544